AF743420

രാജു കാട്ടുപുനം

കണ്ണൂർ ജില്ലയിലെ പാലത്തായിയിൽ കെ.പി. അച്ചുതൻ, മാധവി എന്നിവരുടെ മകനായി ജനനം.

ബാലസാഹിത്യം, വൈജ്ഞാനികം, ജീവചരിത്രം, ഓർമ്മ, കഥ, പുനരാഖ്യാനം... എന്നീ വിഭാഗങ്ങളിലായി മുപ്പത് കൃതികൾ. നിരവധി ഗ്രന്ഥങ്ങളുടെ എഡിറ്ററായി പ്രവർത്തിച്ചു. പൊതുവിദ്യാഭ്യാസ വകുപ്പിന്റെ പ്രൊഫ. ജോസഫ് മുണ്ടശ്ശേരി അവാർഡ്, സംസ്ഥാന ബാലസാഹിത്യ ഇൻസ്റ്റിറ്റ്യൂട്ട് അവാർഡ്, സംസ്ഥാന വിദ്യാരംഗം അവാർഡ്, കേരള റിസോഴ്സ് സെന്റർ അവാർഡ്, അദ്ധ്യാപക കലാസാഹിത്യവേദി അവാർഡ്, ഡയറ്റ് പുരസ്കാരം, ലിഖിതം കഥാ അവാർഡ് എന്നിവ നേടി. റിട്ട. പ്രധാനാധ്യാപകൻ.

ഭാര്യ : പി. പ്രേമവല്ലി (റിട്ട. അധ്യാപിക)

മക്കൾ : ഡോ. സ്നിഗ്ധ സന്ദീപ്, സാന്ദ്ര സാബു.

മരുമക്കൾ : സന്ദീപ് മോഹൻ, സാബു പി.

പേരമക്കൾ : സിദ്ധാർത്ഥ്, നിയത, സഞ്ജയ്, ഇമയ

വിലാസം : 'സദ്മം', പാലത്തായി, പി.ഒ. കടവത്തൂർ-670676.

Ph : 0490-2391250, 9447091250.

Email : rajukattupunam@gmail.com

Malayalam Language
Odichukalanja Chooralvadi
(Memories)
by
Raju Kattupunam

♦

Published in December 2021
by Kairali Books Private Limited
Thalikkavu Road, Kannur.
Ph : 0497-2761200
E-Mail : kairalibooksknr@gmail.com

♦

Cover Design :
Prasanth Mangad

Price ₹ : 170.00
79/21-22/Sl.No.1270/500/NS 18.6
ISBN 978-93-49727-21-2

ഒടിച്ചുകളഞ്ഞ
ചൂരൽവടി

രാജൂ കാട്ടുപുനം

കൈരളി ബുക്സ്

“ഒരു തംബുരു ശരിയായ നാദം പുറപ്പെടുവിച്ചില്ലെങ്കിൽ പാട്ടുകാരൻ അതിനെ അടിക്കുകയും ദൂരെ എടുത്തെറിയുകയും ചെയ്യുന്നില്ല. പിന്നെയോ, ശരിയായി കമ്പി കെട്ടി ട്യൂൺ ചെയ്യുന്നു. അതുപോലെ കുട്ടികളോട് സ്നേഹവും അദ്ധ്യാപകവൃത്തിയിൽ പ്രാപ്തിയുമുള്ള ഒരു അദ്ധ്യാപകൻ കുട്ടിയെ അടിക്കുകയും ശാസിക്കുകയും ക്ലാസിൽനിന്ന് ഇറക്കിവിടുകയും ചെയ്യുന്നില്ല. അവരുടെ മാനസികനില മനസ്സിലാക്കി പഠിക്കാനുള്ള താല്പര്യവും പ്രയത്നശീലവും അവനിൽ സൃഷ്ടിക്കുന്നു. ചുരുക്കത്തിൽ പ്രശ്ന സ്രഷ്ടാക്കൾ വിദ്യാർത്ഥികളല്ല. പിന്നെയോ കഴിവില്ലാത്ത അദ്ധ്യാപകരാണ്. ഒരു വിദ്യാലയത്തിൽ പ്രശ്നമുണ്ടാകുമ്പോൾ പ്രത്യക്ഷമായോ പരോക്ഷമായോ അതിന് പിന്നിൽ ഒരദ്ധ്യാപകനുണ്ടായിരിക്കും.

ശാന്തമായും സ്നേഹമായും കുട്ടികളോട് പെരുമാറുകയും അവർക്ക് സ്വയം പഠിക്കാൻ അവസരമൊരുക്കുകയുമാണ് അധ്യാപനധർമ്മം.”

- കൊമീനിയസ്

രണ്ടാം പതിപ്പ് :
മുഖവുര

ഭൂതകാല ജീവിതത്തിലേക്ക് തിരിഞ്ഞു നോക്കിയപ്പോൾ അനുഭവിച്ച സംഘർഷങ്ങളും സമീകരണങ്ങളുമാണ് 'ഒടിച്ചു കളഞ്ഞ ചൂരൽ വടി 'എന്ന കൃതിയിലെ കുറിപ്പുകൾ. ഒന്നാം പതിപ്പ് പ്രസിദ്ധീകരിച്ചപ്പോൾ ഒട്ടേറെ പ്രതികരണങ്ങൾ ലഭിച്ചു. വായനക്കാരെ വിവിധ തരത്തിൽ സ്പർശിച്ചു എന്നതിൽ ചാരിതാർത്ഥ്യമുണ്ട്. പുതിയ അഞ്ചു ലേഖനങ്ങൾ കൂടി രണ്ടാം പതിപ്പിൽ ഉൾപ്പെടുത്തിയിട്ടുണ്ട്. കുട്ടികളുടെ പ്രകൃതം തിരിച്ചറിയാനും അവരുടെ നൈസർഗികമായ കഴിവുകൾ വളർത്തിയെടുക്കാനും അധ്യാപകന് കഴിയണം. പ്രൈമറി സ്ക്കൂൾ അധ്യാപകൻ കുട്ടികളിലും സമൂഹത്തിലുമുണ്ടാക്കുന്ന മാറ്റങ്ങൾ വളരെ വലുതാണ്. കേരളത്തിലെ വിദ്യാഭ്യാസ മേഖല വളർച്ചയുടെ പടവുകൾ അതിവേഗം കീഴടക്കുമ്പോൾ അധ്യാപകന്റെ കർമ്മശേഷിയും ദിശാബോധവും കൂടുതൽ ശക്തമാവണം. വായനക്കാരുടെ അന്വേഷണ പഥത്തിലേക്ക് വെളിച്ചം വിതറുന്ന നൂതന ആശയങ്ങൾ ഈ പുസ്തകത്തിൽ നിന്ന് ലഭിക്കും എന്നാണ് പ്രതീക്ഷ.

രാജു കാട്ടുപുനം

ഉള്ളടക്കം

പാഠം ഒന്ന് : ഓർമ്മ

പാഠം രണ്ട് : കാഴ്ച

പാഠം മൂന്ന് : വായന

പാഠം ഒന്ന്

ഓർമ്മ

You never know when you are making a memory
- Rickie Lee Jones

ഒടിച്ചുകളഞ്ഞ ചൂരൽവടി

പുതുമണം വിട്ടുമാറാത്ത ഉടുപ്പുകളിട്ട് പേടിച്ചരണ്ട ഒരു കുട്ടി സ്കൂളിന്റെ പടവുകൾ കയറി. ആദ്യമായിട്ടാണ് വീട് വിട്ട് ഒറ്റക്ക് പുറത്തേക്ക് പോകുന്നത്. അമ്മയുടെ കോന്തലയിൽ പിടിച്ച് അടുക്കളയിലൂടെ ഒപ്പം നടക്കുന്ന ഒരു കുട്ടി പുറംലോകം കാണുകയാണ്.

വലത് കൈയിൽ എഴുത്തോല. എഴുത്തിനിരുത്ത് കഴിഞ്ഞ ഉടനെ കൃഷ്ണക്കുറുപ്പ് മാഷ് എഴുത്താണി കൊണ്ട് ഉണങ്ങിയ പനയോലയിൽ എഴുതിയതാണ് എഴുത്തോല. ഹരി ശ്രീ ഗണപതയെ നമഃ. അത്രയും അക്ഷരമാണ് ആദ്യം എഴുതുക. അക്ഷരം നന്നായി തെളിയണമെങ്കിൽ തുളസിയില തേക്കണം. ആ അക്ഷരങ്ങൾ പഠിച്ചുകഴിഞ്ഞാൽ അതിൽ തന്നെ സ്വരാക്ഷരങ്ങൾ പിന്നീട് എഴുതും.

ഇടത് കൈയിൽ പൂഴി നിറച്ച തൊണ്ട്. മൂത്ത ഇളനീരിന്റെ ചിരട്ട തൊണ്ട് ചെത്തി മിനുസപ്പെടുത്തി പിടിക്കാനായി ഒരു ചരട് കോർക്കും. ആ തൊണ്ടിലാണ് പൂഴി കൊണ്ടുപോവുക.

അക്കാലത്ത് എഴുത്തിനിരുത്തിയാൽ പിറ്റേദിവസം തന്നെ സ്കൂളിൽ ഹാജരാകണം. അന്ന് അംഗൻവാടികളോ നേഴ്സറി ക്ലാസുകളോ ഒന്നുമില്ല. ഒന്നാംക്ലാസിലെ കുട്ടികളോടൊപ്പം ഇരിക്കും. പൂഴിയിൽ അക്ഷരം വരയും. ശാരദ ടീച്ചറാണ് ക്ലാസ് ടീച്ചർ. അമ്മയെപ്പോലെ കൂടെത്തന്നെയുണ്ടാവും. എന്റെ അമ്മടീച്ചർ.

ഒന്നാം ദിവസം. ഓരോ കാഴ്ചയും അമ്പരപ്പോടെയാണ് കാണുന്നത്. സമയം അധികം കഴിഞ്ഞില്ല. ചിലർ വിതുമ്മിക്കരയാൻ തുടങ്ങി. മറ്റ് ചിലർ ഉച്ചത്തിലും. ടീച്ചർ ഓടിയെത്തി. അവരുടെ ലാളനയിൽ ഞങ്ങളുടെ കരച്ചിലടങ്ങി. സ്നേഹത്തിന്റെ പുഞ്ചിരി വിടർന്നു.

എല്ലാ സംഭവങ്ങളും ഓർമ്മയിലില്ലെങ്കിലും ഒരു സംഭവം മനസ്സിൽ മായാതെ കിടക്കുന്നുണ്ട്. കല്ലിൽ കൊത്തിവെച്ചത് പോലെ. അത് ഓർമ്മയിൽ ഇടക്കിടെ തെളിഞ്ഞുവരും.

തൊട്ടടുത്ത നാലാം ക്ലാസിൽ നടന്ന സംഭവമാണ്.

മാഷുടെ അലർച്ചകേട്ട് ഞങ്ങൾ അമ്പരന്നു. രണ്ടു കുട്ടികൾ തലയും താഴ്ത്തി നില്ക്കുന്നു. അവരുടെ കവിളിലൂടെ കണ്ണുനീർ ഒഴുകുന്നുണ്ട്. മാഷുടെ വെറ്റില മുറുക്കി ചുവന്ന ചുണ്ടുകളും തീയാളുന്ന കണ്ണുകളും കണ്ടാൽതന്നെ കുട്ടികൾ അമ്പരന്നുപോകും. മാഷുടെ കയ്യിലെ ചൂരലും മാഷോടൊപ്പം വിറക്കുകയാണ്.

ശാരദടീച്ചർ ഒന്നാംക്ലാസിൽ നിന്ന് ഓടിച്ചെന്നു.

"ടീച്ചറേ, കാന്താരിമുളക് കൊണ്ട് വാ...... ഇവരുടെ കണ്ണിലെഴുതണം."

"വേണ്ട... മാഷേ... ഇത്തവണ കൂടി ക്ഷമിക്ക്... ഇനി ഇവർ വികൃതി കാണിക്കില്ല"

പെട്ടെന്ന് ചൂരൽ വടി വീണു. ഹാളിൽ പരിപൂർണ്ണ നിശ്ശബ്ദത. കുട്ടികൾ വാവിട്ട് നിലവിളിച്ചു.

ബഹളത്തിനിടയിൽ ഞാൻ കരഞ്ഞു കൊണ്ട് പുറത്തേക്കോടിയിരുന്നു. വീട് തൊട്ടടുത്താണ്. എന്റെ നിലവിളികേട്ട് അമ്മ ഓടി വന്നു എന്നെ വാരിയെടുത്തു. പിറകെ വന്ന ശാരദ ടീച്ചർ വിവരം പറഞ്ഞപ്പോൾ അമ്മയുടെ മുഖത്ത് ചിരിപടർന്നു.

"ന്റെ മോന് എന്തൊരു പേട്യാ.." അമ്മ കവിളിൽ ഒരുമ്മ തന്നു.

ഒക്കത്തിരുന്ന ഞാൻ അമ്മയുടെ കഴുത്തിൽ മുറുകെ പിടിച്ചു.

അന്ന് സ്കൂളിൽ തിരിച്ചുപോയില്ല.

പിന്നെ, കുറേ നാൾ കഴിഞ്ഞാണ് സ്കൂളിൽ പോയത്.

*   *   *

ആറാം ക്ലാസ്. ചരിത്രം പഠിപ്പിക്കുന്നത് ദാമോദരക്കുറുപ്പ് മാഷാണ്. മികച്ച അധ്യാപകനാണ്. ഒരു കാര്യത്തിലും വിട്ടുവീഴ്ചയില്ല. കൃത്യനിഷ്ഠ, ഹോംവർക്ക്, അച്ചടക്കം എല്ലാം മാഷക്ക് നിർബന്ധമാണ്. ദേഷ്യം പിടിച്ചുള്ള ആ നോട്ടം കണ്ടാൽ ആരും ഭയന്ന് വിറക്കും, നാട്ടുകാർ കുറുപ്പ് മാഷെന്ന് വിളിക്കും. ഞങ്ങൾ വികൃതികൾ കറുപ്പ് മാഷെന്നും.

പലപ്പോഴും ഞങ്ങൾ ഒറ്റക്കും കൂട്ടായും പ്രാർത്ഥിക്കും. "കറുപ്പ് മാഷക്ക് സൂക്കേട് വരണേ... കുറേ ദിവസം കിടപ്പിലാകണേ...." കുട്ടികളുടെ ദൈവമായ ഘണ്ടാകർണ്ണന് നാലണ നേരും (കഠിനാദ്ധ്വാനിയായ അധ്യാപകനെതിരെ നേർച്ച നടത്തിയത് ബാലചാപല്യം എന്ന് കരുതി പൊറുക്കുക)

സാമൂഹ്യപാഠം ക്ലാസ്. മുഗൾ സാമ്രാജ്യമാണ് വിഷയം. രാജാക്ക

ന്മാരുടെ പേരുകൾ ഓർമ്മിക്കാൻ പ്രയാസം. സംഭവങ്ങൾ പരസ്പരം മാറിപ്പോകുന്നു. ചോദ്യം ചോദിച്ചപ്പോൾ ഉത്തരം ശരിക്ക് പറഞ്ഞവർ രണ്ടോ മൂന്നോ പേർ. കുറുപ്പ് മാഷുടെ ക്ലാസിൽ ഒരിക്കലും സംഭവിക്കാത്തത്.

മാഷക്ക് കലി കയറി. കുട്ടികളെ നിരത്തി നിറുത്തി. കൈവെള്ളയിൽ ചൂരൽ വടി ആഞ്ഞുപതിച്ചു. ഓരോരുത്തർക്കും കിട്ടിയതിന്റെ എണ്ണം ആർക്കും അറിയില്ല. വേദനകൊണ്ട് പുളഞ്ഞുപോയി. ദേഷ്യം പിടിച്ചാൽ മാഷ് കുറൂളിക്കാവിലെ കോമരത്തെപ്പോലെയാണ്. ഉറഞ്ഞു തുള്ളും.

ക്ലാസിലെ ഗജപോക്കിരിയും ഞങ്ങളെക്കാൾ മൂന്ന് നാല് വയസ്സിന് മൂപ്പുള്ള രാഘവൻ അടി വാങ്ങാൻ തയ്യാറായി. രാഘവന്റെ ശരീര വലുപ്പമാണെങ്കിൽ മാഷുടെ അത്രതന്നെ വരും. ആദ്യത്തെ അടി കിട്ടിയപ്പോഴേ അവന്റെ മുഖം ചുവന്ന് തുടുത്തു. രണ്ടാമത്തെ അടി വീണതും അവൻ ചൂരൽ വടി വലിച്ചെടുത്തു. അതുഒടിച്ച് കഷണങ്ങളാക്കി പുറത്തേക്ക് വലിച്ചെറിഞ്ഞു.

ക്ലാസ് അമ്പരന്നുപോയി. രാഘവനാണെങ്കിൽ ഒരു കൂസലുമില്ല. കുറുപ്പ് മാഷാണെങ്കിൽ നിന്ന് വിറക്കുകയാണ്.

ക്ലാസ് ലീഡറായ എന്റെ നേരെ നോക്കി മാഷ് അലറി.

'ഓഫീസ് മുറിയിൽ പോയി ചൂരലെടുത്ത് വാടാ"

ഞാൻ ഓടിച്ചെന്ന് ഓഫീസ് മുറിയിൽ നിന്ന് ചൂരലെടുത്തു. എന്റെ കൈ വെള്ള നീറുന്നു. വീണ്ടും അടി വീഴുമ്പോഴുണ്ടാകുന്ന കുട്ടികളുടെ ദയനീയ മുഖം എന്റെ മനസ്സിൽ തെളിഞ്ഞു. അമർഷം എന്നെയും പൊതിഞ്ഞു. എന്റെ കൈയിലെ ചൂരൽ വടി ആരും കാണാതെ ഞാൻ തൊട്ടടുത്തപറമ്പിലെ കുറ്റിക്കാട്ടിലേക്ക് വലിച്ചെറിഞ്ഞു.

"എവിടെടാ വടി" കൈയും വീശി വരുന്ന എന്റെ നേരെ മാഷ് ഓടിയടുത്തു.

"ഓഫീസ് മുറിയിൽ വടിയില്ല. " ഞാൻ വിക്കി വിക്കി പറഞ്ഞു.

മാഷ് ശരം വിട്ടത് പോലെ പുറത്തേക്കോടി.

"എന്റെ കളവ് കണ്ടു പിടിക്കും കണക്കായി" വലിയ ശിക്ഷയും കാത്ത് ഞാനിരുന്നു. എന്റെ നെഞ്ച് പിടക്കാൻ തുടങ്ങി.

പക്ഷേ, ക്ലാസിനെ സാന്ത്വനിപ്പിച്ച് കൊണ്ട് ഇന്റർവെൽ മുഴങ്ങി. മാഷ് അന്ന് ക്ലാസിൽ തിരിച്ചുവന്നേയില്ല. പിന്നീട് അതേക്കുറിച്ച് ഒന്നും മിണ്ടിയില്ല.

* * *

സ്കൂളിന്റെ പടവുകൾ വീണ്ടും കയറിയത് അധ്യാപക വേഷത്തിലായിരുന്നു. ഏഴ് വർഷം പഠിച്ച പ്രൈമറി സ്കൂളിലേക്ക്, തന്നെ പഠിപ്പിച്ച അധ്യാപകരോടൊപ്പം ജോലി ചെയ്യുക. മനസ്സിൽ വിഭ്രമം വളർന്നിരുന്നു.

കൈയിൽ കരുതിയ സർട്ടിഫിക്കറ്റുകളും മാനേജരുടെ നിയമനഉത്തരവും നല്ല അധ്യാപകനാകണമെന്നുള്ള നിശ്ചയദാർഢ്യവും എന്റെ കൂടെയുണ്ടായിരുന്നു. ഓഫീസ് മുറിയിൽ കയറുമ്പോൾ പഴയ പരിഭ്രമം ഒപ്പം തന്നെയുണ്ട്. കുട്ടിയായിരിക്കുമ്പോൾ ഞങ്ങളെ വിറപ്പിച്ച ഹെഡ്മാസ്റ്ററുടെ ചുണ്ടുകളിൽ അപ്പോൾ നിറഞ്ഞ പുഞ്ചിരി.

"ഇരിക്ക്"

ആ ശാസനക്ക് മുന്നിൽ വഴങ്ങി.

അധ്യാപകൻ എന്ന നിലയിൽ എന്റെ ആദ്യത്തെ ഒപ്പ് രജിസ്റ്ററിൽ പതിഞ്ഞു. രണ്ടാം ക്ലാസിലെ ഹാജർ പട്ടികയും ഒരു ചൂരൽ വടിയും ഒപ്പം ടൈംടേബിളും. രണ്ടാം ക്ലാസിലെ അറബിക്, കളി ഒഴികെ മുഴുവൻ വിഷയങ്ങളും ഒപ്പം ആറാം ക്ലാസിലെ കണക്കും (പുതിയവർക്ക് ജോലി ഭാരം നൽകുക സ്കൂളുകളിൽ പതിവാണ്)

രണ്ടാം ക്ലാസിലെ കുട്ടികളുമായി വേഗം ഇണങ്ങി. കുട്ടികളുടെ മനസ്സ് പിടിച്ചെടുക്കാനുള്ള വഴികൾ കല്ല്യാണി ടീച്ചർ പറഞ്ഞു തന്നിരുന്നു.

ആറാം ക്ലാസിലെ കണക്ക് പഠിപ്പിക്കാൻ രണ്ടാം ക്ലാസിലെ വിദ്യകൾ പോരാ. ഓരോ കുട്ടിയിലും കണ്ണ് വേണം. ഒന്നാമത്തെ ആഴ്ച കുഴപ്പമില്ലാതെ പോയി. രണ്ടാമത്തെ ആഴ്ചയിലെ ആദ്യദിവസം. ക്ലാസിൽ ചെയ്ത കണക്കുകൾ അധ്യാപകനെ കാണിച്ച് അപ്പപ്പോൾ ശരിവാങ്ങണം. അന്നാണെങ്കിൽ ബെല്ലടിച്ചു. ഇന്റർവെൽ സമയമായി. മറ്റ് ക്ലാസിലെ കുട്ടികൾ പുറത്ത് ബഹളം കൂട്ടുന്നു. ക്ലാസിൽ മേശക്ക് ചുറ്റും കുട്ടികൾ. ചെയ്ത കണക്ക് കാണിക്കാനുള്ള കുട്ടികളുടെ തിടുക്കവും.

അതിനിടയിലാണ് അത് സംഭവിച്ചത്. ഏഴാം ക്ലാസിലെ മുനീർ കണക്ക് കാണിക്കാൻ കാത്തിരിക്കുന്ന അജ്മലിനെ വലിച്ച് പുറത്തേക്കിട്ട് ആഞ്ഞൊരടി. ക്ലാസിന് ചുമരോ വേലിയോ ഒന്നുമില്ല.

ശബ്ദം കേട്ട് ഞാൻ പുറത്തേക്ക് ചാടി. മുനീറിനെ പൊക്കിയെടുത്തു ചൂരൽ കൊണ്ട് പൊതിരെ തല്ലി. അവൻ വേദന കൊണ്ട് പുളഞ്ഞുപോയിരുന്നു. ഒരു കണ്ടാമൃഗത്തെ കണ്ടത്പോലെ കുട്ടികൾ എന്നെ നോക്കി.

സ്റ്റാഫ് റൂമിൽ എത്തിയ ഞാൻ സംഭവം പറഞ്ഞു.

"ഓ.... ഇതൊക്കെ ഒരടിയാ... നിങ്ങൾ ശരിക്കുള്ള അടി ഇങ്ങ് തുട

ങ്ങിയോ" ഏത് കാര്യത്തെയും തമാശയോടെ കാണുന്ന ക്രാഫ്റ്റ് അധ്യാപകൻ കൃഷ്ണൻ മാഷ് എന്നെ സമാധാനിപ്പിച്ചു.

അന്ന് രാത്രി ഉറക്കം വന്നതേയില്ല. വല്ലാത്ത കുറ്റബോധം. മുനീർ സഹിച്ച വേദന. നാളെ രക്ഷിതാക്കൾ സ്കൂളിലെത്തും. എന്നെ വിചാരണ ചെയ്യും. ഉറപ്പ്.

പക്ഷേ, ആരും വന്നില്ല. ക്ലാസിലെ എല്ലാ കുട്ടികളും ഭയം നിറഞ്ഞ മൗനത്തോടെ എന്നെ നോക്കി. കുട്ടികൾക്കാകെ എന്തോ ഒരകലം.

ലീഡറെ പറഞ്ഞയച്ചു ഞാൻ മുനീറിനെ വരുത്തി. മുനീർ നിഷ്കളങ്കമായ പുഞ്ചിരിയോടെ ക്ലാസിലേക്ക് കയറി വന്നു.

"മാഷ് എന്നോട് ക്ഷമിക്കണം. ഞാൻ ചെയ്തത് വലിയതെറ്റല്ലേ? മാഷ് ക്ലാസിലുള്ളത് ഞാൻ കണ്ടിരുന്നില്ല. എന്നോട് പൊറുക്കണേ..."

ഞാൻ അമ്പരന്നു പോയി. മുനീർ എന്റെ മുന്നിൽ വലിയ രൂപമായി വളരുകയായിരുന്നു. ഞാൻ അവനേക്കാൾ കുഞ്ഞു മനുഷ്യനും. ഗള്ളിവർ കഥയിലെ ലില്ലിപുട്ടിലെ മനുഷ്യനെപ്പോലെ.

ഞാൻ അവന്റെ കൈ കൂട്ടിപ്പിടിച്ചു.

"നീ ചെയ്ത തെറ്റ് നിനക്ക് തിരിച്ചറിയാൻ കഴിഞ്ഞല്ലോ. അത് മതി"

മുനീർ തിരിച്ചുപോയി. പിന്നീട് ഞാൻ ഒരിക്കലും ചൂരൽ വടി ഉപയോഗിച്ചിട്ടില്ല. ക്ലാസിൽ ദേഷ്യം വരുമ്പോൾ മുനീർ മനസ്സിൽ കയറിവരും.

കുട്ടികളോട് ക്രൂരമായി പെരുമാറുന്നത് ശരിയല്ല എന്ന് ഞാൻ തിരിച്ചറിഞ്ഞു. അടിയും ശകാരവും പ്രാകൃതമായ ശിക്ഷാവിധിയാണ്. മുതിർന്നവർ വിചാരിക്കുന്ന രീതിയിൽ കുട്ടികൾ വളർന്നു വരണം എന്ന് കരുതുന്നത് തെറ്റ് തന്നെയാണ്.

കുട്ടികൾക്ക് പ്രായത്തിനനുസരിച്ച പക്വതയുണ്ട്. ബാല്യ കൗമാര കാലത്തെ കുസൃതികൾക്ക് പരിധിയില്ല. അവന്റെ കർമ്മമേഖലകൾ വ്യത്യസ്തമാണ്. തെറ്റുകളിലേക്ക് വഴുതി വീഴുന്നതിനെ തിരുത്തണം. തിന്മകളെ തിരിച്ചറിയാൻ അവസരം നല്കണം. അത് ക്രൂരമായ ശിക്ഷയിലൂടെയല്ല. ശകാരവും ചൂരൽക്കഷായവും അതിന് പോംവഴികളല്ല. അധ്യാപക പരിശീലനത്തിലൂടെ കുട്ടിയുടെ പ്രകൃതവും മനഃശാസ്ത്രവും പഠിച്ച ഒരധ്യാപകന് കുട്ടികളുടെ മനസ്സ് തിരിച്ചറിയാൻ കഴിയുന്നില്ലെങ്കിൽ പിന്നെ ആർക്കാണ് അതിന് കഴിയുക.

കുട്ടിയുടെ വ്യക്തിത്വത്തെ മാനിക്കണം. തെറ്റുകൾ തിരുത്തുകയും നിർദ്ദേശങ്ങൾ നല്കുകയും ചെയ്യുന്ന അധ്യാപകനെ കുട്ടികൾ ഇഷ്ടപ്പെടും. അധ്യാപകർ കുട്ടികളോട് സ്നേഹത്തോടെ പെരുമാറണം. അവ

രുടെ സംശയങ്ങൾക്ക് പരിഹാരം കണ്ടെത്തണം. കുട്ടികളുടെ രക്ഷിതാവും കൂട്ടുകാരനുമാകണം. അളവറ്റ ജിജ്ഞാസുവും അന്വേഷണ താല്പരരുമായ കുട്ടികൾക്ക് ദിശാബോധം നല്കുന്ന അധ്യാപകന് മാത്രമേ കുട്ടികളുമായി ഹൃദയൈക്യം സ്ഥാപിക്കാൻ കഴിയുകയുള്ളൂ. എന്ന് ഞാൻ മനസ്സിലാക്കി.

•

മികവിനെ അംഗീകരിക്കുക

സ്കൂളിന് അമ്പത് വയസ്സ്. സുവർണ്ണ ജൂബിലി ആഘോഷിക്കണം. ജനത്തിന് ആവേശമായി. സംഘാടകസമിതി യോഗത്തിൽ ഹാൾ നിറയെ ആളുകൾ. പലരും പഴയകാല അനുഭവങ്ങൾ അയവിറക്കി.

സ്കൂളിൽ വരാത്ത കുട്ടികളെ പാളകൊട്ടി ജാഥയായി കുട്ടികൾ പിടിച്ചു കൊണ്ടുവന്നതും കുറുപ്പ് മാഷുടെ ചൂരൽ കഷായവും പലരും ഓർമ്മിച്ചു. മേശക്ക് കീഴെ തല കുനിച്ച് നിർത്തി താഴെ എഴുത്താണി വെച്ചതും തല കീഴെയാക്കി പിട്ടത്തിൽ കെട്ടിത്തുക്കിയതും വിസ്മരിക്കാൻ കഴിയാത്ത കഥകൾ.

ബാല്യകാല അനുഭവങ്ങളുടെ ചെപ്പ് പലരും തുറന്ന് വെച്ചപ്പോൾ പുതുതലമുറ അമ്പരന്ന് പോയി. ഇതൊക്കെ സത്യം തന്നെയോ? കുട്ടിക്കാലത്തെ സ്കൂൾ ദിനങ്ങൾ മുതിർന്നവർ പോലും മായാതെ മനസ്സിൽ സൂക്ഷിക്കുന്നു (വക്ക് പൊട്ടിയ സ്ലേറ്റും ഇരവ് വാങ്ങിയ കുറ്റിപ്പെൻസിലും കുന്നിക്കുരുവും മഷിത്തണ്ടും എല്ലാം അടങ്ങിയ സഞ്ചി ഇപ്പോഴും കൈയിലുള്ളത് പോലെ)

അന്ന് ഞാൻ ആറാം ക്ലാസിലാണ്. കലാരംഗത്ത് കൂടുതൽ അവസരം കുട്ടികൾക്ക് കിട്ടാറില്ല. സ്കൂൾ കലോത്സവം അത്ര സജീവമായിട്ടില്ല. പിന്നെ ഉള്ളത് ഒന്ന് മാത്രം. സ്കൂൾ സാഹിത്യസമാജം. അത് പലതും ഉദ്ഘാടന ചടങ്ങോടെ മൃതിയടയും.

നാട്ടുകാരും അധ്യാപകരും ചേർന്നവതരിപ്പിക്കുന്ന നാടകമാണ് വാർഷികാഘോഷത്തിലെ പ്രധാന ഇനം. എല്ലാ വാർഷികാഘോഷത്തിലും പൂർവ്വ വിദ്യാർത്ഥികളുടെ നാടകം നിർബന്ധമാണ്. പുരാണ നാടകങ്ങൾക്കായിരുന്നു ആദ്യമൊക്കെ പ്രിയം. അതിൽ അഭിനയിച്ച ഹനുമാൻ ബാലൻ പിന്നീട് പട്ടാളക്കാരനായി. സേവനം കഴിഞ്ഞ് നാട്ടിൽ വന്നെങ്കിലും ജനം ഹനുമാൻ എന്ന പേരു ഒഴിവാക്കിയിരുന്നില്ല. പാഞ്ചാലിദാസൻ കഴിഞ്ഞ വർഷമാണ് മരിച്ചത്. പുരാണനാടകം വിട്ട് സാമൂഹ്യസംഗീത നാടകമായി. സി.എൽ.ജോസിന്റെ സൂര്യാഘാതവും അഗ്നിവലയവുമൊക്കെ ജനശ്രദ്ധ പിടിച്ചു പറ്റിയ നാടകങ്ങളായിരുന്നു.

“കാഞ്ചനസീത”യാണ് മുതിർന്നവരുടെ നാടകമായി തെരഞ്ഞെടുത്തത്. പെൺവേഷം പുരുഷന്മാർക്ക് തന്നെ. റിഹേഴ്സൽ വളരെ രഹസ്യമായി സ്കൂളിൽ വെച്ച് രാത്രി നടക്കും. പുറത്തുള്ളവർക്ക് പ്രവേശനമില്ല. നാടകത്തിന്റെ രഹസ്യം ചോർന്ന് പോകും.

എന്റെ മുത്തച്ഛനും സംവിധായകനുമായ കണാരൻ മാസ്റ്റർക്ക് അത് നിർബന്ധമാണ്. പഴയകാല നാടകനടനായ അദ്ദേഹത്തിന്റെ മുഖത്തെ രോഷം കാണുമ്പോൾ തന്നെ റിഹേഴ്സൽ കാണാൻ രഹസ്യമായെത്തുന്നവർ ഓടിയൊളിക്കും.

റിഹേഴ്സൽ കാണാനുള്ള അപൂർവ്വ ഭാഗ്യം ചിലപ്പോൾ ഞങ്ങൾക്ക് ലഭിക്കും. കുടിക്കാൻ വെള്ളമോ തീപ്പെട്ടിയോ വേണമെങ്കിൽ സ്കൂളിനടുത്ത വീട്ടിലെ ഞങ്ങളെയാണ് വിളിക്കുക. ഞാനോ ഏട്ടനോ അനിയനോ കൊണ്ടു പോയികൊടുക്കും. കുറച്ചു നേരം അവിടെത്തന്നെ തഞ്ചി കളിക്കും.

പെട്രോ മേക്സ് അന്നത്തെ അതിശയ കാഴ്ചയാണ്. മണ്ണെണ്ണ നിറച്ച ബാരലിൽ ഇടക്കിടെ കാറ്റടിച്ച് പ്രകാശം കൂട്ടുന്നത് അത്ഭുതത്തോടെ നോക്കി നില്ക്കും. കണ്ണഞ്ചിപ്പിക്കുന്ന പ്രകാശം. മേക്സിന്റെ മുരളുന്ന പ്രത്യേക ശബ്ദം ഇപ്പോഴും കാതിലുണ്ട്.

റിഹേഴ്സൽ കഴിഞ്ഞാൽ പെട്രോ മേക്സ് വീട്ടിലാണ് വെക്കുക. രാവിലെയായാൽ പെട്രോ മേക്സ് ഒന്ന് പരിശോധിക്കുക ഞങ്ങളുടെ സ്ഥിരം തൊഴിലാണ്. കുത്തനെയുള്ള ചില്ല് പാളികൾക്കിടയിലൂടെ പ്രകാശം ചൊരിയുന്ന മേന്റിൽ ഒരു ഈർക്കിൽകൊണ്ട് തൊട്ട് നോക്കും. ‘ധിം’ അത് പൊടിഞ്ഞ് നുറുങ്ങി താഴെ വീഴും. രണ്ടോ മൂന്നോ ദിവസം ആവർത്തിച്ചപ്പോൾ സ്കൂളിൽ റവ വെക്കുന്ന കൃഷ്ണക്കുറുപ്പ് ഞങ്ങൾക്ക് നേരെ കുരച്ചുചാടി. അദ്ദേഹമാണ് മേക്സിന്റെ സൂക്ഷിപ്പുകാരൻ. പിന്നീടൊരിക്കലും പെട്രോമേക്സ് വീട്ടിൽ വെച്ചിട്ടേയില്ല.

കുട്ടികൾക്കും ഒരു നാടകം വേണം. കെ.തായാട്ടിന്റെ നാടകമാണ്. സിദ്ധാർത്ഥൻ എന്നാണെന്റെ ഓർമ്മ. നടന്മാരെ തെരഞ്ഞെടുക്കുന്നു. മൂന്നരമണിക്ക് സ്റ്റാഫ് റൂമിൽ എത്തണം. സ്വതേ നാണം കുണുങ്ങിയായ ഞാൻ നാടകനടനാകാനുള്ള മോഹവുമായി മൂന്നരമണിയുടെ ഇന്റർവെൽ കഴിഞ്ഞ ശേഷം സ്റ്റാഫ് റൂമിലെത്തി.

സ്റ്റാഫ് റൂമിൽ തിരക്കായിരുന്നു. ഞങ്ങൾ കുട്ടികൾ പത്തിരുപത് പേരുണ്ട്. നടന്മാരും നടികളുമാകാൻ മോഹിച്ച് ഓടിയെത്തിയവർ. നാടകത്തിന്റെ സംവിധായകൻ നാരായണൻ മാഷാണ്. ഞങ്ങളുടെ സ്കൂളിലെ സർവ്വകലാവല്ലഭൻ. ഏത് പരിപാടിയുടെയും മുന്നിലുണ്ടാവും. ചില നാട

കങ്ങളിൽ അഭിനയിച്ച പരിചയമുണ്ട്. ഒഴിവ് വേളയിൽ ക്ലാസിൽ വന്ന് അനുഭവങ്ങൾ വിവരിക്കും. മാഷുടെ അഭിനയമികവുകൊണ്ട് കേട്ടിരിക്കും.

അഭിനയിക്കാനുള്ള ഡയലോഗ് എഴുതിയെടുത്തു. കുറേ തവണ ആവർത്തിച്ചുവായിച്ചു. സ്റ്റാഫ് റൂമിലെ എല്ലാ മാഷന്മാരുടെയും മാഷിണികളുടെയും മുന്നിലാണ് സ്ക്രീനിങ്ങ് ടെസ്റ്റ്. അവരുടെ കമന്റ് കളും പൊട്ടിച്ചിരികളും അകമ്പടിയായുണ്ട്. (അയ്യോ... എന്തൊരു പ്രാകൃതമായ പരീക്ഷ....ണം)

അഭിനയം തുടങ്ങി. വിളറിയ മുഖവും മറന്ന് പോയ ഡയലോഗുമായി കുട്ടികൾ പാട്പെടുന്നു. നാരായണൻ മാഷുടെ മുഖത്താണ് നവരസങ്ങൾ വിരിയുന്നത്. ആ മുഖം തുലാവർഷ മേഘം പോലെ ഇടക്കിടെ മാറും. നിറഞ്ഞ വെയിലിനുശേഷം പെട്ടെന്നാകും മാനത്ത് കരിമുകിൽ നിറയുക.

"ഒരു ഡയലോഗ് മുഴുവൻ പറയാൻ കഴിയാത്ത നീയാണോടാ നടൻ"

മാഷ് ചെവിക്ക് പിടിച്ച് പുറത്താക്കും. ഔട്ടാകുന്ന നടന്റെ ചെവി ചെമ്പാകും (പാവം ! ഔട്ടാകുന്നവന് ശിക്ഷരണ്ടാണ്)

പലരും ഔട്ടായി. എന്നിൽ പ്രതീക്ഷ വളർന്നു. ഞാൻ ഡയലോഗ് ആവർത്തിച്ച് ഉരുവിട്ട് കൊണ്ടേയിരുന്നു.

എന്റെ ഊഴമായി. ഞാൻ ചുറ്റും നോക്കി. എല്ലാ കണ്ണുകളും എന്നിലേക്ക് തന്നെ. ഞാൻ ധൈര്യമെടുത്തു. ഡയലോഗ് പറഞ്ഞു.

ഒരുവാക്കും പുറത്തുവരുന്നില്ല. എന്തൊക്കെയോ മൂളലും ഞരങ്ങലും മാത്രം.

"ശരിക്കും പറയെടാ" നാരായണൻമാഷുടെ കത്തി വേഷം കണ്ട് ഞാൻ അമ്പരന്നു.

അഴകിയ രാവണൻ സിനിമയിലെ ഇന്നസെന്റിനെപ്പോലെ വീണ്ടും വീണ്ടും പറയാൻ ശ്രമിച്ചു. ഞാൻ വിയർത്തു കുളിച്ചു. അധികം കാത്തിരിക്കേണ്ടി വന്നില്ല. മാഷ് പിടലിക്ക് പിടിച്ച് എന്നെ പുറത്തേക്ക് തള്ളി.

തള്ളിയ ആഘാതത്തിൽ ഞാൻ നിലത്ത് വീണു. പിടഞ്ഞെഴുന്നേറ്റു. നടികളാകാൻ വന്ന പെൺകുട്ടികളുടെ വാപൊത്തിയുള്ള ചിരി കണ്ടപ്പോൾ ഞാൻ തളർന്നുപോയി.

അപമാനഭാരത്തോടെ ക്ലാസിലേക്ക് പോയി. കുട്ടികളുടെ വകയും കിട്ടി പരിഹാസപെരുക്കങ്ങൾ.

ഏതെങ്കിലും മേഖലയിൽ വേഷം കാണിക്കണം.

കോൽക്കളി പഠിപ്പിക്കാൻ കേളു ഗുരിക്കൾ വരുന്നു. നാടൻ കലയാണെങ്കിലും അതിൽ എങ്ങനെയെങ്കിലും കയറിപ്പറ്റണം.

"കളിക്കോലുകൾ കൊണ്ട് വരുന്ന കുട്ടികളെ കോൽക്കളിയിൽ ഉൾപ്പെടുത്തും." ഹെഡ്മാഷ് അസംബ്ലിയിൽ പറഞ്ഞു.

ഞാൻ അച്ഛനോട് പറഞ്ഞു. അച്ഛൻ നാട്ടിലെ മികച്ച മരപ്പണിക്കാരനായ നാരായണൻ ആചാരിയോട് പറഞ്ഞു. കവുങ്ങിന്റെ മൂത്ത അലക് കൊണ്ട് അയാൾ പണിതു തന്നു. മിനുസമുള്ള കോലുകൾ മനോഹരമായ കൈപ്പിടികൾ. അത് കൂട്ടിയടിക്കുമ്പോൾ സംഗീതസ്വരം (സപ്തസ്വരങ്ങൾ തന്നെ!) ഏറ്റവും നല്ല കളിക്കോലുകൾ എന്റേതായിരുന്നു. കേളു ഗുരിക്കൾക്ക് അത് ഇഷ്ടവുമായി.

പരിശീലനം മൂന്ന് ദിവസം കഴിഞ്ഞു. ആകെ ഇരുപത്താറ് പേരുണ്ട്. ആറ് പേർ പുറത്താകും. കളിക്കാരാണെങ്കിൽ ഒന്നിനൊന്ന് മെച്ചം. കേളു ഗുരിക്കൾക്ക് ആരെയും ഒഴിവാക്കാൻ ഇഷ്ടമില്ല.

നാലാം ദിവസം അതാവരുന്നു. നാരായണൻ മാഷ് തന്നെ. "ആറ് പേർ ഔട്ടാകും" മാഷ് പ്രഖ്യാപിച്ചു.

കളി തുടങ്ങി. മൂന്ന് കളികഴിഞ്ഞപ്പോൾ മാഷ് കളിക്കളത്തിനകത്ത് കയറി. മോശം കളിക്കാരെ പുറത്താക്കുകയാണ് ലക്ഷ്യം. പുറത്താക്കുന്നവരെ കളിക്കിടെ പിടിച്ചൊരു തള്ളായിരുന്നു. കളിയിൽ നിന്ന് പുറത്താകുന്നതിൽ ഭയന്ന് എല്ലാവരും കൈമെയ് മറന്ന് കളിക്കുകയായിരുന്നു. ആറാമതായി നാരായണൻ മാഷുടെ കൈവീണത് എന്റെ ശരീരത്തിൽ തന്നെ.

ഞാൻ വീണ്ടും അപമാനിതനായി തിരിഞ്ഞുനടക്കവേ എന്റെ കളിക്കോലുകൾ കേളു ഗുരിക്കൾ വാങ്ങി. (മഹാപാപി! ഓർമ്മക്കായി കളിക്കോലുകൾ എങ്കിലും എനിക്ക് സൂക്ഷിക്കാമായിരുന്നില്ലേ) തീർത്തും നിരാശനായി ഞാൻ ക്ലാസിലേക്ക് പോകുമ്പോൾ ഓർത്തു. "നാരായണൻ മാഷക്ക് എന്നോട് എന്തോ വിരോധമുണ്ട് ഞാൻ മാഷെ മനസ്സറിഞ്ഞു ശപിച്ചു."

കലാരംഗത്തെ എന്റെ മോഹങ്ങൾക്ക് അതോടെ വിരാമമായി. പാട്ട് പാടാൻ എനിക്കാവില്ല. സംഘനൃത്തത്തിന് താല്പര്യമേയില്ല. ക്ലാസിലെ കുട്ടിക്കുറുമ്പന്മാരായ രാഘവനും നാണുവിനും കാട്ടാളനൃത്തത്തിൽ സ്ഥാനം കിട്ടി. അവരുടെയൊക്കെ വീരകഥകൾ കേട്ട് എന്റെ മനസ്സ് വിങ്ങി.

വാർഷികാഘോഷത്തിനുള്ള ദിവസമടുത്തു.

മത്സരങ്ങളുടെ സമയമായി. പ്രസംഗമത്സരം. വിഷയം നേരത്തെ തന്നെ കിട്ടി 'അച്ചടക്കം'. ഒരു പ്രസംഗമെഴുതിത്തരാൻ ഞാൻ പലരേയും സമീപിച്ചു. ആരും കനിഞ്ഞില്ല.

ഞാനും ഏട്ടനും കൂടി ഒരു പ്രസംഗം തയ്യാറാക്കി. കെ.പി.കേശവമേ

നോന്റെ 'നാം മുന്നോട്ട്' എന്ന ഗ്രന്ഥത്തിൽ നിന്നാണ് ആശയം പകർത്തിയത് എന്നാണെന്റെ ഓർമ്മ!

മത്സരം ആരംഭിക്കാൻ ഏതാനും മിനുട്ടുകൾ മാത്രം ബാക്കി. ജഡ്ജസ് അകത്തേക്ക് കയറിവന്നു.

അവരെ കണ്ടതും എന്റെ സപ്തനാഡികളും തളർന്നു. നാരായണൻ മാഷ് തന്നെ ഒരു ജഡ്ജ്. ഞാൻ നിരാശനായി. എന്റെ ശത്രു അതാ പുതിയൊരു വേഷത്തിൽ. 'സ്കൂളിൽ വേറെ ആരുമില്ലേ' എന്റെ മനസ്സ് വിങ്ങി.

പ്രസംഗം തുടങ്ങി. ചില പ്രസംഗങ്ങൾ വളരെ മോശമായിരുന്നു. നോക്കി വായിച്ചവർ. മുഴുവൻ പറയാതെ സ്റ്റേജിൽ നിന്നിറങ്ങിയവർ തുടക്കവും അവസാനവും എന്തുപറയണമെന്നറിയാത്തവർ.

എനിക്ക് ആത്മവിശ്വാസം കൂടി. ഒപ്പം വാശിയും. എന്റെ പേര് വിളിച്ചു. (കോഡ്നമ്പർ വിളിക്കുന്ന ശീലം അന്നുണ്ടായിരുന്നില്ല)

ഞാൻ സ്റ്റേജിലേക്ക് ഭയത്തോടെ കയറിച്ചെന്നു.

"തളരരുത്" മനസ്സ് പറഞ്ഞു.

എവിടെ നിന്നോ ശക്തി സംഭരിച്ചത് പോലെ ഞാൻ പ്രസംഗം തുടങ്ങി. പിന്നീട് മുന്നിലിരുന്ന നാരായണൻ മാഷെയോ കുട്ടികളെയോ ഞാൻ കണ്ടിരുന്നില്ല. പഠിച്ചത് മുഴുവൻ തടസ്സമില്ലാതെ ഭംഗിയായി പറഞ്ഞു.

ഹാളിൽ നീണ്ട കൈയടി

എനിക്ക് വല്ലാത്ത ആശ്വാസം തോന്നി. കുട്ടികൾ സ്വകാര്യമായി എന്നെ അഭിനന്ദിക്കാൻ തുടങ്ങി.

സമ്മാനം പ്രഖ്യാപിച്ചു. ഒന്നാം സ്ഥാനം എനിക്ക് തന്നെ. ലോകം പിടിച്ചടക്കിയ സന്തോഷം കുട്ടികൾക്കിടയിലൂടെ തലയുയർത്തി നടക്കുമ്പോൾ ആരോ ഒരാൾ ചുമലിൽ തൊട്ടു.

"നന്നായി. നല്ലപ്രസംഗം. ആശയവും അവതരണവും ഗംഭീരമായി"

ഞാൻ അമ്പരന്നുപോയി. അത് നാരായണൻ മാഷ് ആയിരുന്നു (മാഷക്ക് എന്നോട് വിരോധമുണ്ടെന്ന് ഞാൻ ചിന്തിച്ചത് തന്നെ തെറ്റ്. ഗുരോ, അങ്ങ് പൊറുക്കുക)

സുവർണ്ണജൂബിലി ആഘോഷദിനത്തിനായി ഞാനും ആവേശപൂർവ്വം കാത്തിരിക്കാൻ തുടങ്ങി.

ആഗ്രഹങ്ങൾക്കല്ല, മികവിനാണ് എപ്പോഴും അംഗീകാരം. ആ പാഠം അതോടെ ഞാൻ പഠിച്ചു.

•

ഒരു സമരവും പ്രേമചന്ദ്രന്റെ കരച്ചിലും

നിറഞ്ഞ വിസ്മയവും അതിലേറെ അങ്കലാപ്പുമായാണ് പാനൂർ ഹൈസ്കൂളിൽ എട്ടാം ക്ലാസിൽ ചേർന്നത്. വലിയ ഹൈസ്കൂൾ, അതും ടൗണിനോട് ചേർന്ന് തന്നെ.

ടൗണിനെ തിരക്കിലാഴ്ത്തുന്ന എല്ലാ അതിശയങ്ങളും കാണാൻ തുടങ്ങിയത് ഹൈസ്കൂൾ പഠനകാലത്താണ്. സർക്കാർ സ്ഥാപനങ്ങൾ. വലിയ പീടികമുറികൾ. നാലുഭാഗത്തും വഴിപിരിഞ്ഞു പോകുന്ന റോഡുകൾ. നിറയെ വാഹനങ്ങൾ. തെരുവിൽ നിറങ്ങൾ വാരി വിതറി കൊടികളും തോരണങ്ങളും. ഇടക്കിടെയുണ്ടാകുന്ന വലുതും ചെറുതുമായ പ്രകടനങ്ങൾ.

'മണിയടിച്ചാൽ മലവെള്ളം പോലെ' എന്ന് പത്രങ്ങൾ വിശേഷിപ്പിച്ച പാനൂർ ഹൈസ്കൂൾ. കുട്ടികളുടെ എണ്ണം കൂടിയപ്പോൾ സ്കൂൾ രണ്ടായി വിഭജിച്ചു. ഇപ്പോൾ രണ്ട് ഹയർസെക്കന്ററി സ്കൂളായി. മുൻമന്ത്രി പി.ആർ.കുറുപ്പിന്റെയും കെ.കെ.വി.അടിയോടിയുടെയും പേരിലാണ് സ്കൂളുകൾ. ജർമൻ സായ്പ്മാരുടെ ബാസൽ ഇവാഞ്ചലിക്കൽ മിഷൻ എലിമെന്ററി സ്കൂളായിരുന്നു പ്രാഗ്രൂപം.

സ്കൂളിലെത്താൻ രാവിലെയും വൈകുന്നേരവും അഞ്ച് കിലോ മീറ്റർ നടക്കണം. ചെമ്മൺ നിരത്തിലൂടെ നടക്കുന്നതിലും ഭേദം ഇടവഴികളും നെൽവയലുകളും താണ്ടിയുള്ള കുറുക്ക് വഴിയിലൂടെയാണ് അധികവും യാത്ര ചെയ്യുക. മറ്റൊരു ഉദ്ദേശ്യവും കൂടിയുണ്ട്. തെക്കെ പാനൂരിലെത്തിയാൽ ചിത്രാടാക്കീസിന് മുന്നിൽ അല്പനേരം നില്ക്കും. സത്യനും നസീറും ഷീലയും ശാരദയും ഭാസിയും ഒക്കെ ചേർന്ന സിനിമാ പോസ്റ്ററുകൾ. ചിലപ്പോൾ പുതിയ സിനിമയുടെ നോട്ടീസ് കിട്ടും. അത് പുസ്തകത്തിൽ ഒളിച്ചുവെക്കും.

പ്രമുഖരായ അധ്യാപകരുടെ ഒരു നിര തന്നെ അന്ന് സ്കൂളിലുണ്ടായിരുന്നു. പ്രധാനാധ്യാപിക എ.കെ. സരസ്വതി ടീച്ചർ ഒരു സൗമ്യസാ

ന്നിധ്യമായി എല്ലാറ്റിനും നേതൃത്വം നൽകും. ഞങ്ങൾ ഭയക്കുകയും എന്നാൽ ആദരിക്കുകയും ചെയ്ത 'പ്രധാനാധ്യാപകൻ' ബൽറാം മാസ്റ്റർ തന്നെ. അധ്യാപകരുടെ റോൾ മോഡൽ. പേരെടുത്ത ശാസ്ത്രാധ്യാപ കൻ. ലാബായിരുന്നു അദ്ദേഹത്തിന്റെ സാമ്രാജ്യം. ക്ലാസുകളിൽ പരീ ക്ഷണത്തിനാണ് മുൻതൂക്കം. അന്ന് ജില്ലയിലെ തന്നെ മികച്ച ലാബുക ളിലൊന്നാണ് പാനൂർ ഹൈസ്കൂളിലേത്. നല്ല അടുക്കും ചിട്ടയും. കയ റിച്ചെല്ലുമ്പോൾ തന്നെ കാണുന്നത് മനുഷ്യാസ്ഥികൂടത്തിന്റെ ഒരു മാതൃക. പുറത്ത് വരാന്തയിലെ നീളമുള്ള മരപ്പെട്ടികളിൽ രണ്ട് വലിയ പെരുമ്പാമ്പുകൾ.

രാവിലെ ഒമ്പത് മണിക്ക് തന്നെ ബൽറാം മാസ്റ്റർ ലാബിലെത്തും. ഒമ്പതരക്കും ഉച്ചക്ക് ഒന്നരക്കും അദ്ദേഹം പുറത്തിറങ്ങും. വലത് കൈയിൽ ഒളിപ്പിച്ചു പിടിച്ച ചൂരൽവടി. സ്കൂൾ വരാന്തയിലൂടെ അടി വെച്ചുള്ള നടത്തം. അന്തരീക്ഷം ആകെ മാറും. നിശബ്ദത മാഷോടൊപ്പം ഒഴുകിയെത്തും. കാറ്റും കോളുമില്ലാത്ത കടലിലെ തിരമാലകൾ പോലെ. അലഞ്ഞുതിരിയുന്നവർ എല്ലാം ബഞ്ചിൽ കയറിയിരിക്കും. ഒരാളുടെ നട ത്തത്തിന് ഇത്രമാത്രം മൗനം വാരി വിതറാൻ കഴിയുമല്ലോ എന്നോർത്ത് അന്ന് ഞാൻ അമ്പരന്നിട്ടുണ്ട്. പിടിക്കപ്പെടുന്ന കുറ്റവാളികൾ ലാബിന് മുന്നിൽ നിരന്ന് നില്ക്കും. വിചാരണ നടക്കുന്ന കോടതിയും അവിടെ തന്നെയാണ്.

മാഷ് ആരെയും അടിക്കുന്നത് കണ്ടിട്ടില്ല. പക്ഷെ, കാണുമ്പോൾ തന്നെ ഏതൊരു കുട്ടിയും അടിമുടി വിറക്കും. അത്രമാത്രം ആജ്ഞാ ശക്തി ആ കണ്ണുകളിലും മുഖത്തും ഒളിഞ്ഞു കിടപ്പുണ്ടായിരുന്നു.

വിദ്യാർത്ഥി സമരത്തിന്റെ സജീവ കാലമായിരുന്നു അക്കാലം. ഏതെ ങ്കിലും ഒരു വിദ്യാർത്ഥി സംഘടനയുടെ ആഹ്വാനമുണ്ടായാൽ മതി. അന്ന് ഉത്സവദിനമാണ്. ലോങ്ങ് ബല്ലടിച്ചാൽ ചില കുട്ടികൾ സൈക്കിൾ കടയിലേക്കോടും. വാടക സൈക്കിളെടുക്കും. ടൗണിൽ നിന്ന് ദൂരെ എവി ടെയെങ്കിലും കൊണ്ട് പോയി പഠിക്കും. വീട്ടിൽ ആരും അറിയില്ല.

നടന്നുപോകുന്ന വഴിയിലെ വികൃതികളാണ് മറ്റൊരു വിനോദം. പറ മ്പുകളിലെ മാവുകൾക്ക് കല്ലെറിയുക. ഏതെങ്കിലും ധിമികിടനാകും കല്ലെറിയുക. വീട്ടുകാർ ബഹളം വെക്കും. കല്ലെറിഞ്ഞവൻ രക്ഷപ്പെട്ടി രിക്കും. എറിഞ്ഞവനെ കിട്ടിയില്ലെങ്കിൽ കണ്ടവനെ പിടിക്കും. വഴക്ക് പറയുന്നതിന് കണക്കുണ്ടാവില്ല. ചിലപ്പോൾ കൈയാങ്കളിവരെയെത്തും.

സമരമില്ലാത്ത ഒരിടവേള. പത്താംക്ലാസ് 'ഇ'യിലെ കുട്ടികൾ ഒരു സമരത്തിന് പ്ലാനിട്ടു. തൊട്ടടുത്ത ഒമ്പതാം ക്ലാസ് 'ജി'യിലെ ഞങ്ങളും

കൂടി. എല്ലാ ക്ലാസിലും രഹസ്യമായി പറഞ്ഞു. കുട്ടികൾ സമരത്തിന് റെഡി. ചൊവ്വാഴ്ച വൈകിട്ട് ഹെഡ്മിസ്ട്രസിന് പരാതി നല്കി. സമര പ്രഖ്യാപനത്തിനുള്ള നോട്ടീസും. വിഷയം വൃത്തിയുള്ള മൂത്രപ്പുര പണിയുക. ആൺകുട്ടികൾക്കുള്ള മൂത്രപ്പുരയുടെ എണ്ണം കുറവാണ്. പലരും ഇടവഴിയിൽ കാര്യം ഒപ്പിക്കും. സഹിക്കാൻ കഴിയാത്ത ദുർഗന്ധം ഏറെ ബാധിക്കുന്നത് ഞങ്ങളുടെ രണ്ടു ക്ലാസിലെയും കുട്ടികളെയാണ്.

ബുധനാഴ്ച. ഒന്നാമത്തെ പീര്യേഡ് ഒന്നും സംഭവിച്ചില്ല. അധ്യാപകർ ജാഗരൂകരായി അകത്തും പുറത്തുമുണ്ട്. പി.ടിയുടെ എം.നാണു മാസ്റ്റർ തന്റെ കൊമ്പൻ മീശ പിരിച്ചുകൊണ്ട് വരാന്തയിലൂടെ റോന്ത് ചുറ്റുന്നു.

രണ്ടാമത്തെ പീര്യേഡ്. സമരം തുടങ്ങി. പത്താം ക്ലാസ് 'ഇ'യിലെ കുട്ടികൾ മുദ്രാവാക്യങ്ങളുമായി പുറത്തിറങ്ങി. കേൾക്കേണ്ട താമസം ഞങ്ങളുടെ ക്ലാസും അതോടൊപ്പം ചേർന്നു.

ഞങ്ങൾക്കന്ന് ഉഷാർ കൂടുതലായിരുന്നു. ക്ലാസിൽ ഹിന്ദിയുടെ കൃഷ്ണദാസ് മാഷായിരുന്നു. കുട്ടികളോടൊപ്പം തമാശ പറയുന്ന കൃഷ്ണദാസ്മാഷ്. ഖദർമുണ്ടും ഷർട്ടും ചുമലിൽ ഒരു വലിയ ഷാൾ. ഇപ്പോൾ ഓർക്കുമ്പോൾ തോന്നുന്നത് ഭീകരൻമാർക്കിടയിലെ ഒരു കോമഡീയനായിരുന്നു മാഷെന്നാണ്. പക്ഷേ, ഹിന്ദി ഒരു തവണ പറഞ്ഞാൽ മതി, മനസ്സിൽ പതിയും. അത്രയും സ്പഷ്ടവും ശക്തിയുമുണ്ടായിരുന്നു ഭാഷ പ്രയോഗിക്കുന്നതിൽ.

"എറങ്ങ്ന്ന്ണ്ടേ വേഗം എറങ്ങ്... എനിക്കിങ്ങ് പോണം" മാഷ് ക്ലാസിൽ നിന്നിറങ്ങാത്ത കുട്ടികളോട് തമാശയായി പറഞ്ഞു. അതാണ് മാഷുടെ സ്റ്റൈൽ.

എല്ലാവരും ഇറങ്ങി. മുദ്രാവാക്യം മുഴങ്ങി.സമരക്കാരുടെ എണ്ണം കൂടി. അധ്യാപകർ ഓടിയെത്തി. അധ്യാപകരെ കണ്ടപ്പോഴെ പലരും മുങ്ങി. നാണു മാഷ് ഞങ്ങൾക്കരികിൽ എത്തി. ആ നീളമുള്ള കൈകളിൽ ഞങ്ങൾ രണ്ടുപേർ ഒതുങ്ങി. ഞാനും വികൃതികളുടെ ലീഡറായ പ്രേമചന്ദ്രനും. ഷർട്ടിന്റെ കോളറിൽ പിടിച്ചുതൂക്കി നാണുമാഷ്. ഞങ്ങളെ ലാബിൽ കൊണ്ടുപോയിട്ടു. ലാബിൽ പ്രഗത്ഭരുടെ ഒരു നിര തന്നെയുണ്ട്. ബൽറാം മാസ്റ്റർ കസേരയിൽ. തൊട്ടടുത്ത ചാരുബഞ്ചിൽ അധ്യാപകരായ എം.സി.സുകുമാരൻ, പി.ആർ.നായർ, ജയരാജൻ, പി.സി.രാഘവൻ നമ്പ്യാർ തുടങ്ങിയ വീരശൂരപരാക്രമികൾ. ഇളം തലമുറയിലെ ഭീകരൻമാർ പിറകിലും. ഞാൻ നിന്നു വിറക്കുകയാണ്. പ്രേമചന്ദ്രന് വലിയ കൂസലില്ല. ചോദ്യം ചെയ്യൽ തുടർന്നു. എന്റെ കവിളിലൂടെ കണ്ണു

നീരൊഴുകി.

"നാളെ ക്ലാസിൽ കയറണമെങ്കിൽ അച്ഛനെ കൂട്ടി വന്നാൽ മതി."

പറയേണ്ട താമസം, പ്രേമചന്ദ്രൻ ലാബിനെ ഞെട്ടിച്ചുകൊണ്ട് അലറിക്കരഞ്ഞു.

ഞാൻ ഒന്ന് പാളി നോക്കി.

കണ്ണിൽ നിന്ന് കണ്ണീർ വരുന്നേയില്ല. പക്ഷേ, ശബ്ദം ഉച്ചസ്ഥായിലാണ്. അധ്യാപകർ അമ്പരന്നു. അവർ സമാധാനിപ്പിക്കാൻ ശ്രമിച്ചു.

"കരച്ചിൽ നിർത്ത്. എന്താകാര്യം"

"എന്റെ അച്ഛൻ കഴിഞ്ഞ കൊല്ലാ മരിച്ചത്. കിണറ്റിൽ വീണിട്ട്." പ്രേമചന്ദ്രൻ അത് പറയുമ്പോൾ കണ്ണ് നിറഞ്ഞ് തുളുമ്പിയിരുന്നു.

അധ്യാപകർ അവനെ സമാധാനിപ്പിച്ചു.

സംഭവം അധ്യാപകർക്കെല്ലാം ഓർമ്മയുണ്ട്. അന്ന് പലരും വീട്ടിൽ പോയതാണ്.

സമരത്തിലെ യഥാർത്ഥ നേതാക്കളെയും കൊണ്ട് നാണുമാഷും ബാലൻ മാഷും അപ്പോഴേക്കും ലാബിൽ എത്തിച്ചേർന്നു.

ദീർഘനേരം ചോദ്യം ചെയ്തു.

"ഇവരെ വിട്ടേക്ക്" ബൽറാം മാസ്റ്റർ ചുണ്ടനക്കി. ഞങ്ങളെ നോക്കി ഒരു താക്കീതും. "വിളിക്കുമ്പോൾ ഹാജരാകണം"

കൂട്ടിൽ നിന്ന് വിട്ട എലികളെപ്പോലെ ഞങ്ങൾ പുറത്തേക്കോടി. ബൽറാം മാസ്റ്ററോട് വല്ലാത്ത ആദരവ് മനസ്സിൽ നിറഞ്ഞു. എന്റെ വിദ്യാർത്ഥി ജീവിതത്തിൽ മറക്കാൻ കഴിയാത്ത ഒരേടായി അത് മാറി. ഏതൊരു കാര്യത്തിലും തലയിടുമ്പോൾ ഒരു വട്ടം കൂടി ആലോചിക്കുക. ജീവിതത്തിൽ ലഭിച്ച വലിയ പാഠമായി ആ സംഭവം മാറി.

അന്ന് മുഴുവൻ സമരവും തുടർന്നുള്ള സംഭവങ്ങളുമായി ചർച്ച. "കണ്ണീർ വരാതെ എങ്ങനെയാണ് കരയുന്നത്" എന്റെ സംശയത്തിന് മറുപടി പറഞ്ഞത് ക്ലാസിലെ പഠിപ്പിസ്റ്റും ബുദ്ധിജീവിയുമായ ജയദേവൻ ആയിരുന്നു.

"ദുഃഖം മനസ്സിന്റെ ആഴത്തിൽ ആയതിനാലാണ് ആദ്യം ശബ്ദവും പിന്നീട് കണ്ണീരും വരുന്നത്. "

ജയദേവൻ പറഞ്ഞത് ഞങ്ങളാരും വിശ്വസിച്ചിട്ടില്ല. അന്നും ഇന്നും.

* * *

എസ്.എസ്.എൽ.സി.സർട്ടിഫിക്കറ്റ് കിട്ടി. കോളജിൽ ചേരണം. ബൽറാം മാസ്റ്ററെ കണ്ട് അനുഗ്രഹം വാങ്ങണം. എന്റെയും പ്രേമചന്ദ്ര

ന്റെയും മോഹമായിരുന്നു. ഞങ്ങളെ ക്ലാസിൽ പഠിപ്പിച്ചിട്ടില്ല. എങ്കിലും ബൽറാം മാസ്റ്റർ ഞങ്ങളുടെ ഗുരുവാണ്. മനസ്സിൽ പതിഞ്ഞ ഗുരു.

ലാബിൽ വേറെ ആരുമില്ല. ബൽറാം മാസ്റ്റർ അലമാരയിൽ എന്തോ തിരയുകയാണ്. ഞങ്ങൾ അനുവാദം ചോദിച്ച് അകത്ത് കയറി. മാഷ് സംശയത്തോടെ ഞങ്ങളെ നോക്കി. സർട്ടിഫിക്കറ്റ് മാഷ് വാങ്ങി നോക്കി. പിന്നെ തലയുയർത്തി. “മാർക്ക് കുറവാണ്. നന്നായി പഠിക്കണം. പഠനം മാത്രമാകണം ലക്ഷ്യം.”

അത് പറയുമ്പോൾ സിഗരറ്റ് വലിച്ച് കറുത്തു തുടങ്ങിയ ആ ചുണ്ടുകളിൽ നേരിയ പുഞ്ചിരി പതുങ്ങിനില്പുണ്ടായിരുന്നു.

(“പഴയ സമരനായകരെ ഓർത്തിരുന്നുവോ?”)

സർട്ടിഫിക്കറ്റ് തിരിച്ചു നല്കി. പുറത്ത് തട്ടിയാത്രയയച്ചു.

“എന്നും ഭയത്തോടെ മാത്രം കണ്ടിരുന്ന ആ കണ്ണുകളിൽ ആർദ്രമായ സ്നേഹത്തിന്റെ തിരയടിക്കുന്നതായി ഞങ്ങൾ കണ്ടു”

•

അമ്മ, അച്ഛൻ, അധ്യാപകൻ

"ങ്ങ്ള് ഞാള പുതിയ മാശാ"

പുള്ളിക്കുപ്പായമിട്ട ആറ് വയസ്സുകാരി മേശക്കരികിൽ വന്ന് ഒരു ചോദ്യം. ഉത്തരം കിട്ടും മുമ്പേ അവൾ തിരിഞ്ഞോടിയിരുന്നു.

"മാഷെ, പേരെന്താ"

മൂക്കിളയൊലിക്കുന്ന ഒരു കുട്ടിക്കുറുമ്പന്റെതാണ് ചോദ്യം.

ഞാൻ പേര് പറഞ്ഞു.

"ന്റെ മാമന്റെ പേരും അതാന്ന്യാ...." മുമ്പിലെ രണ്ട് പല്ലും കൊഴിഞ്ഞ സുന്ദരിക്കുട്ടിയുടെ മുഖത്ത് നാണം വിരിഞ്ഞു.

രണ്ടാം ക്ലാസാണ് രംഗം. അധ്യാപകനായി തുടങ്ങിയ ആദ്യ ദിവസം. ആകെ മുപ്പത് കുട്ടികൾ. ബെഞ്ചിൽ തിങ്ങിഞെരുങ്ങിയാണ് ഇരുത്തം. താഴെ മരപ്പലകമേൽ ബാഗ് നിരത്തിവെച്ചിട്ടുണ്ട്.

തൊട്ടടുത്ത ഒന്നാം ക്ലാസിൽ കല്ല്യാണി ടീച്ചറുണ്ട്. കുറേക്കാലം രണ്ടാം ക്ലാസിലായിരുന്നു. എന്നെയും രണ്ടാം ക്ലാസിൽ പഠിപ്പിച്ച ടീച്ചർ എനിക്ക് വഴികാട്ടിയായി. ക്ലാസിൽ എങ്ങനെ പെരുമാറണമെന്ന് ടീച്ചർ പറഞ്ഞുതന്നു.

ഓരോ കുട്ടിയെയും ഞാൻ പഠിക്കാൻ ശ്രമിച്ചു. ഉത്സാഹത്തോടെ എന്തിനും മുന്നിലെത്തുന്ന കുട്ടികൾ. നാണം കുണുങ്ങികൾ. ഭയംവിട്ടു മാറാത്തവർ. ശബ്ദമുയർത്തിയാൽ കരയാൻ തുടങ്ങുന്നവർ. കണ്ണ് തെറ്റിയാൽ വികൃതികളായി മാറുന്നവർ.

മുപ്പത് പേരും മുപ്പത് തരക്കാർ. ആഴ്ചകൾ കഴിഞ്ഞിട്ടും എനിക്ക് പിടിതരാത്ത ഒരു കുട്ടിയുണ്ട്. നകുൽ. അവന് എല്ലാറ്റിനെയും പേടിയാണ്. പാഠപുസ്തകം തുറക്കില്ല. കുട്ടികളോടൊപ്പം കളിയില്ല. ചിരിയില്ല, ബെഞ്ചിന്റെ മൂലയിൽ ഇരിക്കും. ശബ്ദമുയർത്തിയാൽ പൊട്ടിക്കരയും.

ടീച്ചറാണ് പറഞ്ഞത്. നകുലിന്റേത് ഒരു ഇടത്തരം കുടുംബമാണ്. വലിയ ദാരിദ്ര്യമൊന്നും ബാധിക്കാത്ത കുടുംബം. അച്ഛന് വൈകുന്നേരമായാൽ ഒരു ദുശ്ശീലമുണ്ട്. മദ്യപാനം. രാത്രിയിൽ പലപ്പോഴും ബഹള

മാണ്. മൂത്തകുട്ടികൾ സ്കൂളിൽ തന്നെയുണ്ട്. ഒന്നാം ക്ലാസിലേ ഇവൻ ഇങ്ങനെത്തന്നെയാണ്.

നകുലിന്റെ കാര്യത്തിൽ ഞാൻ സ്നേഹത്തോടെ ഇടപെടാൻ തുടങ്ങി. ദിവസങ്ങൾക്കൊണ്ട് അവൻ ഞാനുമായി ഇണങ്ങി. പഠന കാര്യത്തിൽ ശ്രദ്ധയുണ്ടായി. സാധാരണ കുട്ടികളെപ്പോലെ കളിയിലും ചിരിയിലും നകുലും ഭാഗമായി.

ഒരു ദിവസം. സ്റ്റാമ്പിന് കൊണ്ട് വരേണ്ട അമ്പത് പൈസക്ക് പകരം അവൻ പത്തുരൂപയാണ് കൊണ്ടുവന്നത് (അന്ന് അത്രയും വലിയ തുക കുട്ടികൾ കൈകാര്യം ചെയ്യാറില്ല)

"ഇതെവിടന്ന് കിട്ടി"

"അച്ഛൻ തന്നതാ"നിഷ്കളങ്കമായ മറുപടി

"ഇന്നലെ രാത്രി അമ്പത് പൈസക്ക് ചോദിച്ചപ്പം പത്തുരൂപാ തന്നു"

ആറാം ക്ലാസിലെ ചേട്ടനെ വിളിച്ചു.

"അച്ഛൻ എപ്പോഴും അങ്ങന്യാ" അത് പറയുമ്പോൾ ചേട്ടന്റെ കണ്ണിലും കണ്ണുനീരിന്റെ നനവ്.

നകുലിനും സഹോദരന്മാർക്കും രാത്രിയായാൽ വീട് തടവറയാണ്. അച്ഛൻ വരുന്നത് കാണുമ്പോൾ തന്നെ നെഞ്ച് പിടക്കും. വീട്ടിലെത്തിയാൽ വഴക്ക് തുടങ്ങും. ചിലപ്പോൾ അമിതമായ സ്നേഹമാവും. അപ്പോൾ കുട്ടികൾ ചോദിച്ചത് വാരിക്കോരിക്കൊടുക്കും. കുട്ടികളും സമർത്ഥമായി അത്തരം അവസരങ്ങൾ ഉപയോഗിക്കുകയാണ്.

ആ വർഷം വിദ്യാലയം നടപ്പിലാക്കിയ ഒരു പരിപാടിയാണ് ഗൃഹസന്ദർശനം. അച്ഛൻ, അമ്മ, അധ്യാപകൻ എന്ന പദ്ധതിയുടെ ആദ്യപരിപാടി. അധ്യാപകർ സംഘമായി എല്ലാ വീടുകളിലും എത്തണം. പ്രത്യേകം തയ്യാറാക്കിയ പദ്ധതി രേഖയിൽ വിവരങ്ങൾ രേഖപ്പെടുത്തണം.

നകുലിന്റെ വീട്ടിൽ എത്തിയത് ഒരുദിവസം സന്ധ്യ കഴിഞ്ഞാണ്. അകത്ത് നിന്ന് ബഹളം പുറത്ത് വരുന്നുണ്ട്. കുട്ടികൾ ജന്നലിലൂടെ ഞങ്ങളെ കണ്ടു.മൂത്തവർ അടുക്കളയിലേക്കോടി. ജന്നലഴികൾക്കിടയിലൂടെ നകുലിന്റെ ഭയന്ന് വീർത്ത മുഖം ഞങ്ങളെ അസ്വസ്ഥരാക്കി.

അച്ഛൻ പുറത്തേക്കോടിയെത്തി. അമിതമായ ഉപചാരപ്രകടനങ്ങൾ. ഇരിക്കാൻ കസേര നീട്ടിയിട്ടു. കൈകൾ മാറിൽ കെട്ടി വിനീതവിധേയനായിനിന്നു.

"വാ... മാഷന്മാരെല്ലാം ഇരിക്ക്. പിന്നെ.... എന്തൊക്കെയാ വിശേഷം"

"ഇതൊക്കെ തന്നെ വിശേഷം" കൂടെയുള്ള സദുമാഷ് പറഞ്ഞു.

“മാഷെ, ഇന്നല്പം ഓവറായി. ക്ഷമിക്കണം”

ഞങ്ങൾ ഇരുന്നു. കുട്ടികളെ പുറത്തേക്ക് വിളിച്ചു. അവർ വന്നു. അമ്മ പുറത്തേക്ക് വന്നതേയില്ല.

കുട്ടികളോട് കാര്യം ചോദിച്ചറിഞ്ഞു. അവർ ഓരോന്നും ഭയത്തോടെയാണ് പറഞ്ഞത്. രാത്രികാലം സ്വതന്ത്രമായി പഠിക്കാൻ കഴിയുന്നില്ല. അച്ഛൻ നാട്ടുകാരുടെ മുന്നിൽ പരിഹാസ്യനായി തീരുന്നതിലാണ് മൂത്തവരുടെ ദുഃഖം. കുട്ടികളോട് വിവരം ചോദിക്കുമ്പോൾ അച്ഛൻ കോലായിൽ ഒരു മൂലയിൽ ഇരിക്കുകയായിരുന്നു.

ഞങ്ങൾ പുറത്തിറങ്ങി.

അച്ഛൻ, അമ്മ, അധ്യാപകൻ. ആദ്യസംഗമം നടന്നു. നകുലിന്റെ അച്ഛനും അമ്മയും എത്തിയിരുന്നു. രക്ഷിതാക്കളുടെ പരാതികൾക്കായിരുന്നു ആദ്യ അവസരം. അധ്യാപകർ വിശദമായ മറുപടി പറഞ്ഞു.

‘പഠനകാര്യത്തിൽ രക്ഷിതാക്കളുടെ പങ്ക്’ എന്ന വിഷയത്തിൽ ഡോ. സുനിൽ കുമാർ ക്ലാസെടുത്തു. പഠിക്കാനുള്ള അന്തരീക്ഷം വീട്ടിൽ ഉണ്ടാവണം. കുട്ടികൾ നന്നാവണമെങ്കിൽ ആദ്യം രക്ഷിതാക്കൾ നന്നാവണം. വീട്ടിൽ ഉപയോഗിക്കുന്ന ഭാഷ നല്ലതാവണം. ഗാർഹികാന്തരീക്ഷത്തിൽ സ്നേഹവും സഹകരണവും നിലനില്ക്കണം.

ആ വർഷം രക്ഷിതാക്കളുടെ നാല് യോഗങ്ങൾ ചേർന്നു. കുട്ടികളുടെ പഠനകാര്യത്തിൽ പുരോഗതിയുണ്ടായതായി അധ്യാപകർ തിരിച്ചറിഞ്ഞു. കുട്ടികളുടെ മനോവിചാരങ്ങൾ തിരിച്ചറിഞ്ഞു എന്നതായിരുന്നു ഏറ്റവും വലിയ കാര്യം.

നകുലിന്റെ പിതാവിൽ വളരെ വലിയ മാറ്റമാണ് ഉണ്ടായത്. അയാൾ ഒരിക്കൽ പറഞ്ഞു.

“സാർ, ഞാൻ മദ്യം ഉയോഗിക്കുന്നത് കുറച്ചുവരികയാണ്. പെട്ടെന്ന് ശീലം മാറ്റാൻ കഴിയുന്നില്ല. പക്ഷേ, ഒരു കാര്യമുണ്ട്. വീട്ടിൽ ഒരു കുറവുമുണ്ടാക്കാറില്ല. കുട്ടികളുടെ പഠനത്തിനാണ് വീട്ടിൽ മുൻതൂക്കം.” ശരിയായിരുന്നു. അദ്ദേഹം ഒരു പരിധിവരെ മദ്യപാനം കുറച്ചു. വീട്ടിൽ ബഹളമില്ലാതായി. കുട്ടികൾക്ക് സ്വതന്ത്രമായി പഠിക്കാനും സ്നേഹത്തോടെ ഇടപഴകാനും അവസരമുണ്ടായി.

ഹെഡ്മാസ്റ്റർ ഒരു യോഗത്തിൽ വായിച്ചു കൊടുത്ത ആശയം ഏറെ പ്രസക്തമാണെന്ന് ഇപ്പോഴും എനിക്ക് തോന്നുന്നു. മഹാത്മജിയുടെ ‘എന്റെ സത്യാന്വേഷണ പരീക്ഷണ’ കഥയിലെ ഒരു ഭാഗമാണിത്.

“കുട്ടികളെ വേണ്ടവിധം വളർത്തിക്കൊണ്ട് വരുന്നതിന് മാതാപിതാക്കൾ കുഞ്ഞുങ്ങളെ ശുശ്രൂഷിക്കാനും ശ്രദ്ധിക്കാനുമുള്ള സാമാന്യവി

ജ്ഞാനം നേടിയിരിക്കണമെന്ന ഉറച്ച അഭിപ്രായമാണ് എനിക്കുള്ളത്. ആ വിഷയം ശ്രദ്ധിച്ചു പഠിച്ചതിന്റെ പ്രയോജനങ്ങൾ ഓരോ ഘട്ടത്തിലും എനിക്കനുഭവപ്പെട്ടിട്ടുണ്ട്. ഞാനത് പഠിക്കുകയും പ്രയോഗിക്കുകയും ചെയ്തിരുന്നില്ലെങ്കിൽ എന്റെ കുട്ടികൾക്ക് ഇന്നുള്ള ആരോഗ്യം ഉണ്ടാവുമായിരുന്നില്ല. അഞ്ച് വയസ്സ് വരെ കുട്ടിക്ക് ഒന്നും പഠിക്കാനില്ലെന്ന അന്ധവിശ്വാസം നമ്മൾ വെച്ചു പുലർത്തുന്നു. വസ്തുത നേരെമറിച്ചാണ്. ആദ്യത്തെ അഞ്ചുവർഷം കൊണ്ട് പഠിക്കുന്നത്ര പിന്നീടുള്ള മുഴുവൻ ജീവിതത്തിലും കുട്ടി പഠിക്കുന്നില്ല. കുട്ടിയുടെ വിദ്യാഭ്യാസം ഗർഭധാരണം മുതലേ ആരംഭിക്കുന്നു. ഗർഭധാരണ സമയത്തെ മാതാപിതാക്കളുടെ മാനസികവും ശാരീരികവുമായ അവസ്ഥകൾ കുട്ടിയിൽ പിന്നീട് അനുഭവപ്പെടും. ഗർഭകാലത്താകട്ടെ അമ്മയുടെ വികാരങ്ങളും ആഗ്രഹങ്ങളും ജീവിതരീതിയും സ്വഭാവവും കുട്ടിയെ സ്വാധീനിച്ച് കൊണ്ടിരിക്കും. ജനനത്തിന് ശേഷം കുട്ടി അച്ഛനമ്മമാരെ അനുകരിക്കുന്നു. പിന്നീട് കുറേക്കാലത്തേക്ക് അതിന്റെ വളർച്ചയ്ക്ക് അവരെ പൂർണമായും ആശ്രയിക്കുകയും ചെയ്യുന്നു”

കുട്ടികളുടെ വളർച്ചയിൽ ബാല്യകാല അനുഭവങ്ങളുടെ പങ്ക് വിശദമാക്കുന്ന ധാരാളം ഗ്രന്ഥങ്ങൾ ഞങ്ങൾ രക്ഷിതാക്കളുടെ യോഗത്തിൽ ഉപയോഗിച്ചു. രക്ഷിതാക്കൾ ശ്രദ്ധയോടെ കേട്ടിരിക്കാറുണ്ട്. കുട്ടികളുടെ ആദ്യ ഗുരു മാതാവും പഠന കേന്ദ്രം സ്വന്തം വീടും തന്നെയാണ്.

•

കുട്ടികൾ അപകവമതികളല്ല

സപ്തംബർ 5. ദേശീയ അധ്യാപക ദിനാചരണം. ജില്ലാതല പരിപാടി നടക്കുകയാണ്. വേദിയിൽ അതിഥികളായി ഭരണാധികാരികൾ, വിദ്യാഭ്യാസ ആഫീസർമാർ, അവാർഡ് ജേതാക്കൾ തുടങ്ങി പ്രമുഖരെല്ലാം അണിനിരന്നിരിക്കുന്നു. കുട്ടികളെയും അധ്യാപകരെയും കൊണ്ട് സദസ്സ് നിറഞ്ഞിരിക്കുന്നു.

ശ്രേഷ്ഠനായ അധ്യാപകനും തത്വജ്ഞാനിയും രാഷ്ട്രതന്ത്രജ്ഞനുമായ മുൻ രാഷ്ട്രപതി സര്വേപ്പള്ളി രാധാകൃഷ്ണന്റെ ജന്മദിനമാണ് ഭാരതത്തിൽ അധ്യാപകദിനമായി ആചരിക്കുന്നത്. ഡോ.രാധാകൃഷ്ണനെക്കുറിച്ചുള്ള അപദാനങ്ങൾ വേദിയിൽ നിന്ന് മുഴങ്ങി.

പുതുതലമുറയെ വാർത്തെടുക്കുന്ന രാഷ്ട്രശില്പികളും സമൂഹത്തിന് ദിശാബോധം നല്കുന്ന നേതൃധന്യരുമാണ് അധ്യാപകർ. മനസ്സിലെ അന്ധകാരം മാറ്റി ജ്ഞാനത്തിന്റെ പുതുവെളിച്ചം പകർന്ന് നല്കുന്നവർ. ധാർമ്മിക മൂല്യങ്ങളുടെ കാവലാൾ. കേട്ട് മടുത്ത വാക്കുകൾ തുടരുകയാണ്.

(മൂന്നാം ക്ലാസിൽ പഠിക്കുന്ന കുട്ടിയെ ക്ലാസ് അധ്യാപകൻ പീഡിപ്പിച്ച് അറസ്റ്റിലായ വാർത്ത തലേന്നത്തെ പത്രത്തിൽ കണ്ടത് ഞാൻ വിസ്മരിക്കാൻ ശ്രമിച്ചു)

ഭാരതം പണ്ടുമുതലേ അധ്യാപകരുടെ ശ്രേഷ്ഠതയെ ആദരിച്ചിട്ടുണ്ട്. നിസ്വാർത്ഥതയും ലക്ഷ്യബോധവും ധാർമ്മികമൂല്യങ്ങളോടുള്ള കാഴ്ചപ്പാടും മികച്ച അധ്യാപകന്റെ ഗുണങ്ങളാണ്. എല്ലാ മനുഷ്യരേയും ഉന്നതിയിലേക്കെത്തിക്കാൻ നിരന്തരം പ്രയത്നം ചെയ്യുന്ന അധ്യാപകനെ സമൂഹം ആദരിക്കണമെന്ന് പ്രസംഗകർ ആവർത്തിച്ചുപറഞ്ഞു.

അവാർഡ് ജേതാക്കളെ ആദരിക്കുകയാണ് തുടർന്നുള്ള പരിപാടി. കഴിഞ്ഞവർഷം ദേശീയ അധ്യാപക അവാർഡ് വാങ്ങിയ വരെയും ആ വർഷം സംസ്ഥാനതല അവാർഡ് പ്രഖ്യാപിക്കപ്പെട്ടവരെയും വിവിധ സംഘടനകളുടെയും സ്ഥാപനങ്ങളുടെയും പേരിൽ പുഷ്പഹാരങ്ങൾ

അണിയിച്ചു.

അധ്യാപക അവാർഡുകൾക്ക് വേണ്ടി പരക്കം പായുന്നവരുടെ കഥകൾ, സ്വയം തയ്യാറാക്കി നല്കുന്ന അപേക്ഷകൾ, ദേശീയ അവാർഡ് ലഭിച്ചവരെ കോടതി വിധിയിലൂടെ മരവിപ്പിച്ച് നിർത്തിയവർ എല്ലാം അധ്യാപക സമൂഹത്തിലെ ആദരണീയർ തന്നെയാണോ? അവാർഡുകൾക്ക് പിറകിലെ ഇഷ്ടാനിഷ്ടങ്ങൾ ആരുടേതാണെന്ന് പുറം ലോകം അറിയേണ്ടതല്ലേ?

(ചടങ്ങിലെ വിരസത ഒഴിവാക്കാൻ മനസ്സിൽ കടന്നുവന്ന ഓർമ്മചിത്രങ്ങൾ മാത്രം)

അവാർഡ് നേടിയവരാണ് അപ്പോൾ സംസാരിക്കുന്നത്. ഇതിനിടയിൽ വിതരണം ചെയ്ത പ്ലാസ്റ്റിക് കപ്പിലെ ചായക്ക് വല്ലാത്ത അരുചി തോന്നി.

അവസാനത്തെ പ്രസംഗമാണ്. ഹായ്... ആശ്വാസമായി. സദസ്സിൽ നിന്നാണ് സ്കൂൾ ലീഡർ പ്രസംഗിക്കാനായി എഴുന്നേറ്റ് വന്നത്.

സ്കൂൾ ലീഡറുടെ വാക്കുകൾക്ക് വല്ലാത്ത മിതത്വം. ഉച്ചാരണ ശുദ്ധിയോടെ മാതൃഭാഷയിൽ സംസാരിക്കുമ്പോൾ അമ്മിഞ്ഞപ്പാലിന്റെ സുഗന്ധമാണ് ചുണ്ടുകളിൽ നിന്ന് പുറത്ത് വരുന്നത് എന്ന് തോന്നി.

പ്രസംഗം ഏകദേശം ഇങ്ങനെ...

ഭാരതത്തിന്റെ പുരാണങ്ങൾ അക്ഷയഖനികളാണ്. നമ്മുടെ ചിരന്തന സംസ്കാരത്തിന്റെ നിറഞ്ഞ കലവറയാണ്. അധ്യാപകന്റെ മൂല്യബോധത്തെക്കുറിച്ചാണ് എല്ലാവരും സംസാരിച്ചത്. പക്ഷേ, കുട്ടിയായ ഞാൻ അതിനോട് യോജിക്കുന്നില്ല. കേട്ട് പഴകിയ ഒരു കഥയുണ്ട്. ആ കഥയ്ക്ക് ഇപ്പോഴും പ്രസക്തിയുണ്ട്. ആ കുട്ടി കഥാപാത്രത്തെ ആർക്കാണ് വിസ്മരിക്കാൻ കഴിയുക. ഏകലവ്യൻ എന്നാണവന്റെ പേര്. താഴ്ന്ന ജാതിയിൽ പിറന്ന് പോയത് കൊണ്ട് പഠനം നിഷേധിച്ച ഗുരു. ആ ഗുരുവിനെയോ അത്തരം പരമ്പരയേയോ എങ്ങനെയാണ് ആദരിക്കുക.

പത്താം ക്ലാസുകാരന്റെ വാചക മിടുക്കിന് മുന്നിൽ സദസ്സ് ഒന്നടങ്കം നിശബ്ദരായി. അവൻ തുടർന്നു.

“ഏകലവ്യൻ എന്ന കുട്ടിയുടെ നിശ്ചയദാർഢ്യത്തിന് മുന്നിലാണ് ഞാൻ ശിരസ്സ് നമിക്കുന്നത്. അധമജാതിയിൽ പിറന്ന് പോയത് കൊണ്ട് ശിഷ്യനാക്കാൻ വിസമ്മതിച്ചപ്പോഴും ആ ഗുരുവിനെത്തന്നെ മനസ്സിൽ ധ്യാനിച്ച് വില്ലാളിവീരനായ ഏകലവ്യനെയാണ് നാം പ്രശംസിക്കേണ്ടത്... ഏറ്റവും വലിയ പ്രതിഭയായി തീർന്ന തന്റെ ശിഷ്യനോട് വലത് കൈയുടെ പെരുവിരൽ ഗുരുദക്ഷിണയായി ഇരന്ന് വാങ്ങിയ ഗുരു എന്റെ കണ്ണിൽ കുട്ടിയേക്കാളും അധമനാണ്”

സദസ്സിൽ നീണ്ടകൈയടി. വിവിൻ പ്രസംഗം അവസാനിപ്പിച്ച് കുട്ടികൾക്കിടയിലേക്ക് മറഞ്ഞു.

അന്ന് എന്റെ മനസ്സിൽ നിറഞ്ഞുനിന്നത് രണ്ടു കുട്ടികളാണ്. ഏകലവ്യനും വിവിനും. പുരാണ കഥകളിലൊന്നും നമ്മുടെ പുതുതലമുറക്ക് താല്പര്യമില്ല എന്ന് മുൻവിധിയോടെ സംസാരിക്കുന്നത് എത്ര മാത്രം തെറ്റാണ്. കഥകൾ വായിക്കാൻ മാത്രമല്ല സത്യസന്ധമായി നിരൂപണം ചെയ്യാനും അവർക്ക് കഴിവുണ്ട്. ആശ്വാസം തന്നെ.

അധ്യാപകരുടെ പ്രവർത്തനങ്ങൾ വിലയിരുത്തുകയും കഴിവുകൾ കണ്ടെത്തുകയും ചെയ്യാനും അവ രേഖപ്പെടുത്താനുമുള്ള സ്വാതന്ത്ര്യം കുട്ടികൾക്കുണ്ടാവണം. “എങ്ങനെയാവണം എന്റെ അധ്യാപകർ” എന്ന കാഴ്ചപ്പാട് കുട്ടികളിൽ വളർന്നുവരണം.

ശാസ്ത്രസാങ്കേതിക മേഖലയിലെ പുതിയ സാധ്യതകൾ അറിവ് ശേഖരിക്കുന്നതിനുള്ള കഴിവ് കുട്ടികളിൽ വളർത്തിയിട്ടുണ്ട്. കുട്ടികളെ അപക്വമതികൾ എന്ന് വിശേഷിപ്പിക്കുന്നത് തീർത്തും തെറ്റാണ്. അവർക്ക് കാര്യങ്ങൾ തിരിച്ചറിയാനും വിശകലനം ചെയ്യാനുമുള്ള കഴിവ് അവരുടെ പ്രായത്തിനനുസരിച്ച് ഉണ്ട് എന്ന യാഥാർത്ഥ്യം അംഗീകരിക്കണം.

അധ്യാപകർ ഇനി ഏറെ ഭയപ്പെടേണ്ടത് വിദ്യാഭ്യാസ അധികൃതരെയല്ല, വിജ്ഞാനലോകത്തെ ക്രിയാശേഷിയുള്ള തങ്ങളുടെ ശിഷ്യരെ തന്നെയായിരിക്കും.

•

കഥയുടെ (വി) രസതന്ത്രം

സ്കൂൾ കലോത്സവം അരങ്ങ് തകർക്കുകയാണ്. തിരക്കേറിയ അതിഥിമുറിയിലെ ഒരു മൂലയിൽ ഞങ്ങൾ മൂന്ന് പേർ ഇരുന്ന് കഥയുടെ വിധി നിർണ്ണയിക്കുകയാണ്. മുറിയുടെ ഇരുവശത്തേയും സ്റ്റേജിൽ നിന്ന് അകത്തേക്കൊഴുകി വരുന്ന നാദ, താള, ലയങ്ങൾ. ഇടക്കിടെ നിയന്ത്രണം വിട്ടുപോകുന്ന ശബ്ദഘോഷങ്ങൾ. ഈ പശ്ചാത്തലത്തിലാണ് ഞങ്ങളുടെ വായന പുരോഗമിക്കുന്നത്.

അപ്പർ പ്രൈമറി മുതൽ ഹയർസെക്കന്ററി വരെയുള്ള കുട്ടികളുടെ കഥകൾ. ഭൂരിപക്ഷ രചനകളിലും ആവർത്തനവിരസമായ വരികൾ. അക്ഷരത്തെറ്റുകൾ. വായനയുടെ അഭാവം ബോധ്യപ്പെടുത്തുന്ന രചനകൾ. അപൂർവ്വമായി മാത്രം വീണുകിട്ടുന്ന മികച്ച കഥകൾ. പുതുഭാവുകത്വത്തിന്റെ ചിന്താമുകുളങ്ങൾ.

സമയം ഉച്ചയായി. ഭക്ഷണത്തിനായി ഞങ്ങൾ പുറത്തിറങ്ങി. സംഘാടകസമിതിയുടെ ബാഡ്ജ്ധാരി വഴികാട്ടിയായി മുന്നിൽ. കാത്തിരുന്നതുപോലെ ഒരമ്മയും മകളും ഓടിയെത്തി. മകളുടെ മുഖത്തെ മേയ്ക്കപ്പിന്റെ മിന്നായം മാറിയിട്ടില്ല.

“സാർ അഭിരാമിയുടെ കഥയ്ക്ക് ‘എ’ഗ്രേഡ് പോലുമില്ല. വല്ലാത്ത ചതിയായിപ്പോയി.”

ഞങ്ങൾ പരസ്പരം നോക്കി.

മുന്നിൽ നിൽക്കുന്നത് അഭിരാമിയും അമ്മയും തന്നെ. അമ്മമാത്രമല്ല, അവർ അധ്യാപികയും കൂടിയാണ്.

പതിവ് കാഴ്ച തന്നെ!

“ഭരതനാട്യത്തിലും മോണോ ആക്ടിലും ഒന്നാം സ്ഥാനവും എ ഗ്രേ ഡും കിട്ടി. കഥയിലും ഒന്നാം സ്ഥാനം പ്രതീക്ഷിച്ചതാണ് എന്നാൽ എ ഗ്രേഡ് പോലുമില്ല.”

ടീച്ചറുടെ മുഖത്ത് കടുത്ത നിരാശ. ഒപ്പം കണ്ണിൽ നിറഞ്ഞുനിൽക്കുന്നത് രോഷം തന്നെ.

ഞങ്ങളുടെ നടത്തത്തിന് വേഗത കൂടി. മത്സരാർത്ഥികളുമായി സംസാരിക്കുന്നത് ചട്ടവിരുദ്ധമാണ്. ടീച്ചർ വിടാൻ ഭാവമില്ലായിരുന്നു.

"സാർ, കഥയെഴുത്ത് പഠിപ്പിച്ചത് ടി.സി.എൻ. തെക്കുമുറിയാണ്. വല്യ കഥയെഴുത്തുകാരനല്ലേ? പോരാത്തതിന് കഴിഞ്ഞ വർഷം സംസ്ഥാന തലത്തിൽ ഒന്നാം സ്ഥാനം കിട്ടിയ കഥയുടെ അതേ ടൈപ്പിലാണ് അഭിരാമി കഥ എഴുതിയത്."

ടീച്ചർ പഴയ ഒരു പത്രക്കടലാസ് ബേഗിൽ നിന്നു വലിച്ചെടുത്തു. ഞങ്ങൾക്കു നേരെ നീട്ടി

"ആരാണപ്പാ ഈ തെക്കുമുറി ആശാൻ?" ഹരിപ്രസാദിന്റെ മുഖത്തെ രോഷം കണ്ടപ്പോൾ ടീച്ചർ ഒതുങ്ങി.

ഞങ്ങൾ ഭക്ഷണമുറിയിലെത്തിയിരുന്നു. "പാവം! ഭരതനാട്യവും മോണോആക്ടും പോലെ നിശ്ചിത പരിശീലനം കൊണ്ട് കഥയെഴുത്തിലും സമ്മാനം നേടാം എന്നായിരുന്നു ഇവരുടെ വിചാരം."

പൊതുവെ മൗനിയായ പ്രഭാകരൻ മാഷുടെ ആത്മഗതം അല്പം ഉറക്കെയായിരുന്നു.

മത്സരത്തിൽ എങ്ങനെ സമ്മാനം നേടാം അത് മാത്രമാണ് പലരുടെയും ചിന്ത. അതിനായി ചില കുറുക്ക് വഴികൾ കുട്ടികൾ കണ്ടെത്തുകയാണ്.

കഥയിൽ ഉപയോഗിക്കേണ്ട ചില ടെക്നിക്കുകൾ അവർ പരിശീലിച്ചുവരികയാണ്. ക്ലാസ്സ് റൂം പ്രവർത്തനത്തിന്റെ ഭാഗമായി സർഗാത്മക രചനകൾക്ക് ധാരാളം അവസരം ലഭിക്കുന്ന കാലമാണിത്. ഹൈസ്കൂൾ ക്ലാസ്സിൽ കുട്ടികൾ തിരക്കഥകൾ വരെ എഴുതുന്നു. പഠനത്തിന്റെ ഭാഗമായി ആസ്വാദനക്കുറിപ്പുകൾ തയ്യാറാക്കുന്നു.എന്നിട്ടും പ്രത്യേക പരിശീലകരിൽ നിന്ന് രചനയുടെ രസതന്ത്രം കണ്ടെത്തേണ്ട ആവശ്യകതയെന്താണ്?

വിഷയം കൊടുത്തുകൊണ്ട് കഥയും കവിതയും എഴുതിക്കുന്നത് ശരിയായ രീതിയല്ല. നിശ്ചിത സമയത്തിനുള്ളിൽ ഒരു വിഷയത്തെ അധികരിച്ച് മികച്ച രചന പൂർത്തിയാക്കുക കൃതഹസ്തരായ എഴുത്തുകാർക്ക് പോലും കഴിഞ്ഞു എന്ന് വരില്ല. വേറെ എന്താണൊരുവഴി?

നേരത്തെ പഠിച്ചുവന്ന കഥ പകർത്തിയെഴുതാതിരിക്കാനാണ് വിഷയം നൽകുന്നത്. എന്നാൽ ഇപ്പോൾ ഏത് വിഷയം നൽകിയാലും കഥയോട് ചേർത്ത് വെക്കാനുള്ള വിദ്യകൾ നമ്മുടെ കുട്ടികൾ പഠിച്ചു കഴിഞ്ഞിരിക്കുന്നു.

ഹൈസ്കൂൾ വിഭാഗം കഥാരചനയ്ക്ക് നൽകിയ വിഷയം "ഒറ്റപ്പെട്ട്

പോയ കുട്ടി" എന്നായിരുന്നു. ഒരു വിരുതൻ ഇങ്ങനെയാണ് കഥ തുടങ്ങിയത്. "ബ്ലാക്ക് ബോർഡിലെ ചോക്ക് പൊടി രൂപപ്പെടുത്തിയ അക്ഷരങ്ങൾ എന്നെ ഭയപ്പെടുത്തി. ഞാൻ ചുറ്റും നോക്കി. എല്ലാവരും എഴുത്തിന്റെ തിരക്കിലാണ്. ഞാൻ അവരുടെ കൂട്ടത്തിൽ എഴുതാനുള്ള മോഹം നശിച്ച് ഒറ്റയാനായി കുത്തിയിരിക്കുകയാണ്."

ആമുഖമാണിത്. എന്നിട്ട് അവൻ ഒരു കഥയെഴുതി. നല്ല സ്റ്റൈലൻ കഥ. സ്വന്തമാണോ എന്നറിയില്ല. അവനെ എങ്ങനെ തഴയും?

ഏത് വിഷയത്തോടും ചേരുന്ന സർവ്വ രോഗനിവാരിണിയായി പുതിയൊരു 'സർഗാത്മകലേഹ്യം' മെനഞ്ഞെടുക്കാൻ കഥാകാരൻ/കഥാകാരികൾ പഠിച്ചിരിക്കുന്നു. കഥയെഴുത്താശാന്മാർ തന്നെയാകാം ഇതിന്റെ പിന്നണിക്കാർ. നവരസങ്ങൾ ഉണർത്തുന്ന ഭാവാഭിനയം പോലെ എല്ലാ വികാരപ്രകടനങ്ങളും കഥയിൽ കാണാം. സന്തോഷം, ദുഃഖം, ക്രൗര്യം, കാരുണ്യം, സ്നേഹം, രോഷം എല്ലാം ഒരു കഥയിൽ ഒതുക്കാനുള്ള പ്രേരണ വർദ്ധിച്ചുവരികയാണ്. പരിസ്ഥിതി പ്രേമവും, ടെക്നോളജിയുടെ പുതിയ അവതാരങ്ങളും കഥകളിൽ സന്നിവേശിപ്പിക്കുന്ന തന്ത്രങ്ങളും സജീവമാണ്.

എഴുത്തുകാരാകാൻ താല്പര്യമുള്ള കുട്ടികൾ ധാരാളം വായിക്കണം. പഴയതും പുതിയതുമായ രചനകൾ. വായനയിലൂടെ ലഭിക്കുന്ന ഭാഷാസ്വാധീനവും സർഗാത്മകസൗന്ദര്യവും നവീന ചിന്തകളും അവരുടെ രചനകളിൽ പ്രതിഫലിക്കും. സമ്മാനങ്ങൾ നേടാനുള്ള കുറുക്കുവഴികൾ രചനയുടെ ലോകത്ത് ഇല്ല എന്ന് തന്നെ കരുതണം.

മത്സരത്തോടെ അസ്തമിച്ചുപോകുന്ന കഥാകൃത്തുക്കൾ ധാരാളമുണ്ട്. വിരലിലെണ്ണാവുന്നവർ കലോത്സവ വേദിയിൽ നിന്ന് പുറത്ത് വന്ന് മികച്ച രചനകൾ സൃഷ്ടിച്ച് അനുവാചക ലോകത്തിന്റെ ശ്രദ്ധ പിടിച്ചുപറ്റിയ പ്രതിഭകളായി നിലനിൽക്കുന്നുമുണ്ട്.

തങ്ങളുടെ അനുഭവലോകത്തിൽ നിന്ന് സ്വകീയമായ ശൈലിയിൽ എഴുതുന്നവർ തന്നെയാണ് സർഗാത്മക രചനയിൽ ശ്രദ്ധ നേടിയെടുക്കുന്നവർ എന്ന് കുട്ടികളും രക്ഷിതാക്കളും തിരിച്ചറിയണം.

•

കുട്ടിശാസ്ത്രജ്ഞന്മാരുടെ കുട്ടിക്കളികൾ

സ്റ്റാഫ്റൂം സൂപ്പർ മാർക്കറ്റ് പോലെ. നിറയെ സാധനങ്ങൾ. അടുക്കും ചിട്ടയുമില്ലാതെ വാരിവലിച്ചിട്ടിരിക്കുന്നു.

സയൻസിന്റെ വർക്കിങ്ങ് മോഡൽ പ്രവർത്തിക്കാത്തതിന്റെ പ്രയാസത്തിലാണ് രവിമാഷ്. സ്റ്റാഫ് റൂമിന് മുന്നിലെ മരച്ചുവട്ടിൽ വർക്കിങ്ങ് മോഡൽ വെച്ച് മാഷും കുട്ടികളും ചിന്തയിലാണ്.

സാമൂഹ്യശാസ്ത്രം സ്റ്റിൽ മോഡൽ പൂർത്തിയായി. അവസാനമിനുക്ക് പണിയിലാണ് മോഹൻ മാഷ്. തലേന്ന് ഉറങ്ങിയിട്ടില്ല. കണ്ണ് കണ്ടാലറിയാം.

പ്രവൃത്തി പരിചയ മത്സരത്തിനുള്ള സാധനങ്ങൾ ഒരുങ്ങി. കവുങ്ങിൻ പട്ട, കളിമണ്ണ്, ചൂടി, പഴയതുണി, കുമ്മായം തുടങ്ങി ധാരാളം സാധനങ്ങൾ. എല്ലാവർഷവും പ്രവൃത്തിപരിചയത്തിൽ സമ്മാനം ഉറപ്പ്. സംസ്ഥാനതല മത്സരത്തിലെത്തുന്ന ഹരിമാഷക്ക് പുതിയ ട്രെൻഡ് നന്നായറിയാം.

കൈയെഴുത്ത് മാസികകൾ ബൈന്റ് ചെയ്ത് റെഡിയായി. ഒരു ഭാഗത്ത് ചാർട്ട് പേപ്പർ വാരി വലിച്ചിട്ടിരിക്കുന്നു. ഒരു കൈയിൽ മാർക്കർ പേനയും മറ്റേ കൈയിൽ സ്കെയിലുമായി ഒട്ടകപക്ഷിയെപ്പോലെ തലയും താഴ്ത്തിയിരിക്കുകയാണ് കെ.കെ.ഡി. സർവ്വശിക്ഷാ അഭിയാൻ ടീച്ചർ ഗ്രാന്റ് വന്നതോടെ സ്കൂളിൽ ഇത്തരം സാധനങ്ങൾക്ക് ക്ഷാമമില്ല. പണമുണ്ട്. വാങ്ങിച്ച് ഉപയോഗിക്കുന്നവർ സുകൃതികൾ.

ഉപജില്ലാ ശാസ്ത്ര മേളയുടെ ദിവസമായി.

ശാസ്ത്രം, ഗണിതശാസ്ത്രം, പ്രവൃത്തിപരിചയം, സ്പെഷൽ സ്കൂൾ ശാസ്ത്രമേള, സാമൂഹ്യശാസ്ത്രം, ഐടി തുടങ്ങി വിവിധ ഇനങ്ങളിലാണ് മത്സരം. സാധനങ്ങൾ കൊണ്ട് പോകാൻ വാഹനം എത്തി. സാധനങ്ങൾ ഓരോന്നായി വണ്ടിയിൽ കയറ്റി. കുട്ടികൾ വണ്ടിയിൽ കയറാൻ

തുടങ്ങുമ്പോഴാണ് അത് സംഭവിച്ചത്. "എലിപ്പെട്ടിയിലെ എലി പുറത്ത് ചാടി"

കുട്ടികളും ബാലൻമാഷും പിറകെ ഓടി. സ്കൂൾ മതിൽ കടന്ന് അടുത്ത പറമ്പിലെത്തി. എലി ഓടുന്നത് പ്രാണരക്ഷാർത്ഥമാണെങ്കിൽ മാഷും കൂട്ടരും സമ്മാനം നഷ്ടപ്പെട്ട് പോകുന്ന ആധിയിലാണ്. മുന്നിൽ എലി, തൊട്ട് പിറകെ ബാലൻ മാഷും ഒരു സംഘം കുട്ടികളും.

തൊട്ടടുത്ത വീട്ടുപറമ്പിലെ വിറക് കൂടയിൽ കയറാൻ ശ്രമിക്കവേ ബാലൻമാഷ് എലിയുടെ മേലെ വീണു. തന്റെ ഉടുമുണ്ട് ചേർത്ത് പിടിച്ചു. മുണ്ടിൽ പുരണ്ട ചെളിയോടൊപ്പം എലിയെപ്പിടിച്ച് വിജിഗീഷുവായി ബാലൻ മാഷും ആരവം മുഴക്കുന്ന കുട്ടികൾ പിറകെയും.

എലിപ്പനി നാട്ടിൽ വ്യാപകമായ സമയം. റിസർച്ച് ടൈപ്പ് പ്രോജക്ടിൽഎലി നശീകരണമാണ് വിഷയം. ഒരു നാട്ടറിവിന്റെ പ്രയോഗമാണ് ഗവേഷണ വിഷയം (ഗവേഷണരഹസ്യം ഇതിൽ എഴുതാൻ പറ്റില്ല. തുടർന്നും മത്സരത്തിൽ പങ്കെടുക്കേണ്ടതാണ്) എലിയില്ലാതെ ഗവേഷണരഹസ്യം എങ്ങനെ വിധികർത്താക്കളുടെ മുന്നിൽ തെളിയിക്കും.

എലിയെ പെട്ടിയിലാക്കി. കുട്ടിശാസ്ത്രജ്ഞന്മാരുടെ സംഘം യാത്രയായി.

സ്കൂൾ കോമ്പൗണ്ട് നിറയെ വാഹനങ്ങൾ. മാതൃകകളും അസംസ്കൃതവസ്തുക്കളുമായി കുട്ടികളും അധ്യാപകരും. തിരക്കോട് തിരക്ക് തന്നെ.

ശാസ്ത്രമേളയുടെ ഓരോ സ്റ്റാളും സന്ദർശിച്ചു. പലതും ആവർത്തന വിരസമായത്.പി.എസ്.എൽ.വി മുതൽ നാനോ ടെക്നോളജി വരെ. സാമൂഹ്യശാസ്ത്രമേളയിലാണ് ഭാരതത്തിന്റെ ഒരു പരിഛേദം. ടാജ്മഹൽ, പാർലിമെന്റ് മന്ദിരം, ഇന്ത്യഗേറ്റ്.....

മേള കഴിഞ്ഞ മറ്റ് സബ്ബ് ജില്ലകളിൽ നിന്ന് പൊക്കിയെടുത്ത മാതൃകകൾ ചില വിരുതന്മാർ തങ്ങളുടെ സ്വന്തമെന്ന നിലയിൽ അവതരിപ്പിക്കുന്നു. പത്ത് പതിനഞ്ച് വർഷമായി ഒരേ ഇനങ്ങൾ അവതരിപ്പിക്കുന്ന സ്കൂളുകളുമുണ്ട്. സ്വകാര്യ വ്യക്തികൾ നിർമ്മിച്ച് വില്ക്കുന്ന സാധനങ്ങൾ ഇപ്പോൾ സുലഭമാണ്. (റിട്ടയർ ചെയ്ത അധ്യാപകരാണ് ഈ മേഖലയിലെ പ്രമുഖർ)

വിദഗ്ധനായ ഒരു ശാസ്ത്രാധ്യാപകന്റെ പരിദേവനം രസകരമാണ്. "ഞങ്ങൾ കഷ്ടപ്പെട്ട് നിർമ്മിച്ച ഒരു വർക്കിങ്ങ് മോഡലിന് സമ്മാനം ലഭിച്ചില്ല. തൊട്ടടുത്ത സ്കൂളിന് പിറ്റേവർഷം അത് വായ്പയായി നല്കി. അവർക്കാണെങ്കിൽ സംസ്ഥാന തലത്തിൽ ഒന്നാം സ്ഥാനം "നോക്ക

ണേ, ഉദാരതക്ക് കിട്ടിയ പ്രതിഫലം."

എല്ലാവർഷവും എസ്.സി.ഇ.ആർ.ടി നേരത്തെ തന്നെ വിഷയം നല്കും. വിഷയം മാറി മാറി വരും. പക്ഷേ അത് ഒരു പ്രശ്നമല്ല. ഏത് ഇനവും വിഷയവുമായി ബന്ധിപ്പിക്കാൻ അധ്യാപകർ മിടുക്കരാണ്.

രവി മാഷും കുട്ടി ശാസ്ത്രജ്ഞന്മാരും പുതിയ വർക്കിങ്ങ് മോഡലാണ് ഉണ്ടാക്കിയത്. പഴയ ഒരു ആശയമാണ്. അത് മതി. മറ്റ് സ്ഥലങ്ങളിൽ നിന്ന് കടംവാങ്ങിയ സാധനങ്ങൾ അവതരിപ്പിക്കേണ്ട. മാഷ് തന്റെ ഒരു പഴയ അനുഭവം ഓർമ്മിപ്പിച്ചു.

"ഒരു വർക്കിങ്ങ് മോഡൽ മറ്റൊരു സ്കൂളിൽ നിന്ന് വാങ്ങിക്കാൻ പോയി. പഴയ ഒരു ഇനമാണ്. ശാസ്ത്രാധ്യാപകൻ പ്രവർത്തനം വിശദീകരിച്ചു. പ്രധാനാധ്യാപിക അവസാനമായി ഇടപെട്ടു. ഒരു രണ്ടായിരം രൂപയെങ്കിലും തരണം. ഇതൊക്കെ ഉണ്ടാക്കാൻ എന്തൊരു ചെലവാണ്."

മാഷ് അന്ന് തിരിഞ്ഞു നോക്കാതെ നടന്നു.

സ്വന്തം സ്കൂളിലെ കുട്ടികൾ നിർമ്മിച്ചത് മാത്രം അവതരിപ്പിച്ചാൽ മതി. സമ്മാനം കിട്ടണമെന്ന് നിർബന്ധമില്ല. മാഷുടെ പോളിസി അതാണ്.

"കറുത്ത വസ്തുക്കൾ കൂടുതൽ താപത്തെ ആഗിരണം ചെയ്യും" അതാണ് വർക്കിങ്ങ് മോഡലിന്റെ വിഷയം.

കറുത്തതും വെളുത്തതുമായ രണ്ട് ട്യൂബുകൾ. അത് അടുക്കിവെച്ച് പലകയിൽ തറച്ചിരിക്കുന്നു. അതിലൂടെ കടന്ന് വരുന്ന ജലത്തിന്റെ താപവ്യതിയാനമാണ് വർക്കിങ്ങ് മോഡലിൽ പ്രകടമാവേണ്ടത്. നന്നായി പണിത വർക്കിങ്ങ് മോഡൽ.

നല്ല വെയിൽ കിട്ടണം. അതിനായി സ്കൂൾ ഗ്രൗണ്ടിലാണ് മാതൃകകൾ സ്ഥാപിച്ചത്. ബാദുഷും ജിബിനും കാവലിരിക്കുന്നു. സന്ദർശകർ ഗ്രൗണ്ടിൽ കുറവാണ്.

ബാദുഷ് ഇടക്കിടെ ഓടിവരും

"സാർ വെയിലില്ല... വെള്ളം തീരെ ചൂടാവുന്നില്ല"

"അത്രചൂട് മതി. നിങ്ങൾ ആശയം നന്നായി വിശദീകരിച്ചാൽ മതി."മാഷ് സമാധാനിപ്പിക്കും. ഒക്ടോബർ മാസമാണ്. തുലാവർഷമേഘങ്ങൾ ആരോടോ പകയുള്ളത് പോലെ വെയിലിനെ തടഞ്ഞു വെക്കുകയാണ്.

വിധിനിർണയം കഴിഞ്ഞതോടെ ഓരോസംഘവും പായ്ക്ക് ചെയ്തു. പല പവലിയനുകളും ഉച്ചയോടെ കാലിയായി. ചില സമർത്ഥന്മാർ സമ്മാനവിവരം ഓഫീസിൽ നിന്ന് ചോർത്തി. സംഘാടകസമിതി അംഗങ്ങൾ

തന്നെയാണ് ചോർത്തലിന്റെ വിദഗ്ധർ. സമ്മാനം ഇല്ലെന്നറിഞ്ഞവർ വേഗം സ്ഥലം വിട്ടു. അർഹതനേടിയവർ അവിടവിടെ ചുറ്റിപ്പറ്റിനിന്നു.

ഫലപ്രഖ്യാപനം വന്നു.

ശാസ്ത്രവിഭാഗത്തിൽ ഓവറോൾ ട്രോഫി ഞങ്ങളുടെ വിദ്യാലയത്തിന് ലഭിച്ചു. റിസേർച്ച് ടൈപ്പ് പ്രോജക്ടിലും വർക്കിങ്ങ് മോഡലിനും ഒന്നാം സ്ഥാനം.

ജിബിനും ബാദുഷിനുമാണ് ഏറ്റവും വലിയ സന്തോഷം

ഓവറോൾ ട്രോഫിയുമായി വാഹനത്തിൽ കയറിയ കുട്ടികൾ ആഹ്ലാദാരവം മുഴക്കി.

ആരോ ഒരാൾ പറഞ്ഞു.

"ബാലൻ മാഷും എലിയും തമ്മിലുള്ള ഓട്ടമത്സരം കാണേണ്ടതായിരുന്നു"

കുട്ടികൾ രാവിലത്തെ സംഭവം ഓർത്ത് പൊട്ടിച്ചിരിച്ചു. ബാലൻ മാഷുടെ മുണ്ടിലെ ചെളി അപ്പോഴും അവിടെത്തന്നെയുണ്ട്.

"സാർ, ഒരു കാര്യംകൂടി പറയട്ടെ..."

ജിബിനാണ്. ബാദുഷ് അവനെ പറയാൻ അനുവദിക്കുന്നില്ല.

ഞങ്ങൾ നിർബന്ധിച്ചപ്പോൾ ജിബിൻ പറഞ്ഞു.

"സാർ കറുത്ത ടാങ്കിലെ വെള്ളം ചൂടാകാതെ വന്നപ്പോൾ ബാദുഷ് ധന്യാഹോട്ടലിൽ നിന്ന് വാങ്ങിയ ചൂട് വെള്ളം ആരും കാണാതെ അതിലൊഴിച്ചു. ജഡ്ജസ് വന്നപ്പോൾ നല്ല ചൂടുണ്ടായിരുന്നു"

ബാദുഷിന്റെ മുഖത്ത് ഒരു വിളറിയ ചിരി. ശരിയോ തെറ്റോ ചെയ്തതെന്നറിയാത്ത നിഷ്കളങ്കമായ ചിരി. എന്ത് പറയണമെന്നറിയാതെ ഞങ്ങൾ പരസ്പരം നോക്കി.

•

ഞെട്ടറ്റ് വീണ പൂവ്

കുട്ടികളുമായുള്ള സൗഹൃദം പ്രധാനാധ്യാപകന് വീണുകിട്ടുന്നത് അപൂർവ്വ അവസരങ്ങളിൽ മാത്രമാണ്. ഓഫീസിലെ തിരക്കുകൾ, പരാതികളുടെ തീർപ്പ് കല്പിക്കൽ, ഭക്ഷണം, മുട്ട, പാൽ എന്നിവയുടെ വിതരണം. തുടങ്ങി ഒരുപാട് നൂലാമാലകൾ. ഒപ്പം പതിവ് ചട്ടപ്പടി ജോലികളും.

ഒഴിഞ്ഞ് കിടക്കുന്ന ക്ലാസിൽ ഇടക്ക് കയറിച്ചെല്ലും. ചെറിയ ക്ലാസുകളിൽ അവർക്കിഷ്ടം കഥ കേൾക്കലാണ്. എത്രതവണ ഒരേ കഥ പറഞ്ഞാലും ചെറിയ കുട്ടികൾക്ക് മടുപ്പ് വരില്ല. പഞ്ചതന്ത്രം തൊട്ട് മുത്തശ്ശികഥകൾ വരെ കുട്ടികളോട് പറയും.

മുതിർന്ന ക്ലാസിലെ കുട്ടികളോട് ഏത് വിഷയത്തെക്കുറിച്ച് സംസാരിച്ചാലും അവരുടെ പ്രതികരണങ്ങൾ പുറത്ത് വരും. പുതിയ പഠനരീതികൾ കുട്ടികളെ സ്വന്തം അഭിപ്രായം രൂപപ്പെടുത്താനും അത് അവതരിപ്പിക്കാനും കഴിവുള്ളവരാക്കിയിട്ടുണ്ട്.

ജൂൺ മാസം പകുതിയേ ആയിട്ടുള്ളൂ. ആറാം ക്ലാസ് 'എ'യിലെ മൂന്നാമത്തെ പീര്യേഡ്. പുതിയ കുട്ടികളുമായി ഒന്നുകൂടി സൗഹൃദം പുതുക്കി. അവരെയൊക്കെ അഡ്മിഷൻ സമയത്ത് കണ്ടതാണ്.

'സാർ, ഒരു കഥ പറയണം' പിൻബഞ്ചിൽ നിന്നാണ് ആവശ്യം ഉയർന്നത്.

"വേണ്ട... നമുക്കൊരു കവിതയാകാം. ആരെങ്കിലും ഒരാൾ കവിത ചൊല്ലുക"

'രമ്യ... രമ്യ...'

കുട്ടികൾ ശബ്ദമുയർത്തി.

മുൻ വർഷം വിദ്യാരംഗം കലാസാഹിത്യവേദി കാവ്യമഞ്ജരി മത്സരത്തിന് പാടിയ കുമാരനാശാന്റെ വീണപൂവ് എന്ന കവിത തന്നെയാണ് അവൾ പാടിയത്.

"ഹാ! പുഷ്പമേ അധികതുംഗപദത്തിലെത്ര
ശോഭിച്ചിരുന്നിതൊരു രാജ്ഞി കണക്കയേ നീ...."

ശ്രുതി മധുരമായി രമ്യ പാടി.

കുട്ടികൾ കവിതയുടെ അർത്ഥം മനസ്സിലാക്കിയിട്ടുണ്ട്. ഭൂമിയിലേക്ക് വീണുപോയ ഒരു പൂവിനെക്കുറിച്ചുള്ള വിലാപം ജീവിതത്തിന്റെ നശ്വരതയാണ് എന്ന് കുട്ടികൾ മനസ്സിലാക്കി അവർ നിശ്ശബ്ദരായിരുന്നു.

"കാലം കുറഞ്ഞ ദിനമെങ്കിലുമർത്ഥ ദീർഘം

മാലേറെ യെങ്കിലുമതീവ മനോഭിരാമം"

പത്താമത്തെ ശ്ലോകത്തിലെ ആദ്യവരികൾ കേൾക്കേണ്ട താമസം തൊട്ടടുത്തിരുന്ന ദിനുശ്രീയുടെ കണ്ണിൽ നിന്ന് രണ്ട് ബാഷ്പബിന്ദുക്കൾ അടർന്നുവീണു. ഒരു പതിവ് കാഴ്ചയായേ എനിക്ക് തോന്നിയുള്ളൂ.

കുമാരനാശാനും കവിതകളും ക്ലാസിൽ ചർച്ചയായി.

കുട്ടികൾക്ക് കൂടുതൽ കവിതകൾ പരിചയമായിട്ടില്ല. ഓരോ ക്ലാസിലും പഠിച്ച ഈരടികൾ അവർ ഓർമ്മിച്ചു പറഞ്ഞു.

ദിനുശ്രീ എഴുന്നേറ്റ് നിന്നു. ഇപ്പോൾ കണ്ണുകൾ നനഞ്ഞ ഭാവമേയില്ല. പുഞ്ചിരിച്ചുകൊണ്ടാണ് ചോദിച്ചത് "നമ്മുടെ ജീവിതവും ഒരു പൂവ് പോലെ നശ്വരമാണ്, അല്ലേ സാർ" പതിനൊന്ന് വയസ്സുകാരിയുടെ പ്രതികരണം എന്നെ അമ്പരപ്പിച്ചു. എങ്കിലും ഞാനത് കാര്യമാക്കിയില്ല.

"തീർച്ചയായും. പ്രകൃതിനിയമമാണത്"

കുട്ടികൾ ഇത് പോലുള്ള ചോദ്യങ്ങൾ ചോദിച്ചാൽ അധ്യാപകർ കുഴങ്ങും.

"പ്രകൃതിയെ നിരീക്ഷിക്കുക. ഭൂമി ഒരു വലിയ പാഠപുസ്തകമാണ്. വായിച്ചാലും വായിച്ചാലും തീരാത്ത പുസ്തകം എന്ന് വിശേഷിപ്പിച്ചത് പ്രകൃതിയെത്തന്നെയാണ്. ജീവജാലങ്ങളെക്കുറിച്ച് പഠിക്കുക. ഓരോന്നിനും കണക്കാക്കിയ ജീവിതകാലമുണ്ട്. അതിനെ മറികടക്കാൻ ആർക്കും കഴിയില്ല."

അവളുടെ കണ്ണുകളിൽ വീണ്ടും ചോദ്യമുണ്ടായിരുന്നു. പക്ഷേ, അവൾ വേറെ ഏതോ ഒരു ലോകത്തായിരുന്നത് പോലെ. ചുണ്ടിൽ മായാത്ത പുഞ്ചിരി.

വൈകുന്നേരമായാൽ ഓഫീസ് മുറിയിലെ തിരക്ക് കുറയും. ക്ലാസുകളും സ്കൂൾ ഗ്രൗണ്ടും വിജനമാകും. വാഹനത്തിന്റെ രണ്ടാം ട്രിപ്പും കാത്ത് കുറച്ച് കുട്ടികൾ കാത്തിരിക്കും. നെല്ലിമരത്തിന് താഴെയുള്ള ഇരിപ്പിടത്തിലാവും അവർ ഇരിക്കുക. തൊട്ടടുത്ത മഞ്ചാടിമരത്തിൽനിന്ന് പൊഴിഞ്ഞ് വീഴുന്ന മഞ്ചാടി പെറുക്കാൻ അവർ കലഹിക്കും.

ദിനുശ്രീ മഴയില്ലെങ്കിൽ ഇരിപ്പിടത്തിലിരുന്നു സ്വപ്നം കാണും.

"സാർ ഈ നെല്ലിമരവും മഞ്ചാടിയുമൊക്കെ ആരാണ് നട്ടത്"

"നിങ്ങൾക്ക് മുമ്പേ പഠിച്ച കുട്ടികൾ"

"എന്ത് സുഖമാണ് ഇവിടെ ഇരിക്കാൻ. എനിക്ക് എപ്പോഴും ഇവിടെ ഇരിക്കാനാണ് ഇഷ്ടം"

"ദിനുശ്രീ ഇരുന്നോളൂ... വണ്ടി വരുന്നത് വരെ"

ആരോഗ്യം കുറഞ്ഞ ദിനുശ്രീയെ ഞാൻ ശ്രദ്ധിക്കാൻ തുടങ്ങി. ക്ലാസ് ടീച്ചറാണ് പറഞ്ഞത്. ചെറിയ പ്രായത്തിലേ എന്തോ രോഗം വന്നിരുന്നു. മരുന്ന് ഇപ്പോഴുമുണ്ട്. വീട്ടിലായാലും കൂട്ടുകാരികളോടൊപ്പമായാലും എപ്പോഴും പ്രസന്നവതിയായിരിക്കണം. അതാണ് ദിനുശ്രീയുടെ ഇഷ്ടം.

ദിനുശ്രീ എല്ലാവരോടും ചിരിച്ച് കൊണ്ടേ സംസാരിക്കൂ...

ആർക്കും അപ്രിയം തോന്നുകയില്ല.

ഒരു മഴ ദിവസം. ഓഫീസ് മുറിയുടെ ജന്നലിനരികെ ദിനുശ്രീയുണ്ട്.

"സാർ, സ്വർഗ്ഗവും നരകവുമുണ്ടോ?"

ഞാൻ അവളെ നോക്കി. "എന്തിനാണ് ഇപ്പോ അത്തരം ചോദ്യങ്ങൾ"

"ഉണ്ട്, സ്വർഗ്ഗമുണ്ട്. സ്വർഗ്ഗത്തിൽ ഇത് പോലെ സ്കൂളും നെല്ലിമരവും ഒക്കെ ഉണ്ടാവുമോ"

ഞാൻ വെറുതെ ചിരിച്ചു.

"ദിനുശ്രീ... ഇത് തന്നെയല്ലേ നിങ്ങളുടെ സ്വർഗ്ഗലോകം.

കൂട്ടുകാരോടൊപ്പം ഓടിച്ചാടി കളിക്കുക. ഇതിലും വലിയ മറ്റൊരു ലോകം എവിടെ കിട്ടാനാണ്"

വണ്ടി വന്നതും ദിനുശ്രീ ഓടിപ്പോയി. കൂട്ടുകാരികളോടൊപ്പം അവൾ വണ്ടിയിൽ കയറി.

ദിനുശ്രീയുടെ ചോദ്യം എന്നെ വല്ലാതെ അസ്വസ്ഥനാക്കി. സാധാരണ കുട്ടികൾ ഇത്തരം ചോദ്യങ്ങൾ ചോദിക്കുക പതിവില്ല. സാരമില്ല, ദിനുശ്രീ ചിന്താശീലയായ കുട്ടിയാണ്. അവളുടെ പ്രകൃതം മറ്റുള്ളവരിൽ നിന്ന് വ്യത്യസ്തമാണ്... നല്ല കുട്ടിയാണ് ദിനുശ്രീ. മരച്ചുവട്ടിലും ഓഫീസ് മുറിയുടെ ജന്നാലയ്ക്കരികിലും അവൾ വന്ന് നിന്ന് പുഞ്ചിരിക്കും. ചിലപ്പോൾ ചില കുസൃതി ചോദ്യങ്ങളാവും. ഒരിക്കലും അവളെ ദുഃഖം അലട്ടുന്നതായി തോന്നാറേ ഇല്ല.

ഒരുദിവസം ഉച്ചയ്ക്കാണ് സ്കൂളിൽ ഫോൺ വന്നത്.

'സാർ... ആറാം ക്ലാസ് 'എ'യിലെ ദിനുശ്രീ നമ്മെ വിട്ടുപിരിഞ്ഞുപോയി" ഞാൻ തരിച്ചിരിന്നുപോയി.

ക്ലാസ് ടീച്ചറെ വിളിച്ചു, സ്കൂളിൽ ആ വാർത്ത വേഗം പരന്നു. ആറാം ക്ലാസ് 'എ'യിലെ കുട്ടികൾ പൊട്ടിക്കരഞ്ഞു. ഒന്നരമാസത്തെ മാത്രം സൗഹൃദമേ ഉള്ളുവെങ്കിലും ദിനുശ്രീ എല്ലാവരുടെയും പ്രിയപ്പെട്ട കൂട്ടുകാരിയായി സ്ഥാനം പിടിച്ചിരുന്നു. പുറത്തിറങ്ങി നെല്ലിമരത്തിന് താഴെയുള്ള ഇരിപ്പിടത്തിൽ ഞാൻ നോക്കി. ആരുമില്ല. ഇരിപ്പിടം ശൂന്യമായിരുന്നു.

വീട്ടുമുറ്റത്ത് ബന്ധുക്കളും നാട്ടുകാരും അധ്യാപകരും കുട്ടികളും കൂടിയിരിക്കുന്നു. അന്ത്യയാത്രക്കായി കിടന്ന അകാലത്തിൽ ഞെട്ടറ്റ് വീണ പൂവിനെ ഒന്നേനോക്കിയുള്ളു. പാതി പുഞ്ചിരിയോടെ അവൾ എന്നോട് ചോദിക്കുന്ന ചോദ്യം എന്താണ്? വെളുത്ത തുണിയിൽ പൊതിഞ്ഞ ആ ശരീരത്തിന് മുകളിൽ വാടാൻ തുടങ്ങിയ പുഷ്പഹാരം വെച്ചപ്പോൾ എനിക്ക് കണ്ണീരടക്കാൻ കഴിഞ്ഞില്ല.

"കണ്ണേ, മടങ്ങുക, കരിഞ്ഞുമലിഞ്ഞു മാശു
മണ്ണാകുമീ മലരു വിസ്മൃത മാകുമിപ്പോൾ...."

എന്റെ കാതുകളിൽ വന്ന് പതിക്കുന്ന ഈ വരികൾ ആരാണ് പാടുന്നത്. ഞാൻ ആൾക്കൂട്ടത്തിൽ നിന്നിറങ്ങി വേഗം സ്കൂൾ വാനിൽ പോയിരുന്നു.

•

ചരിത്രാന്വേഷണ യാത്രകൾ

"രണ്ടുപ്രദേശങ്ങളെ തരംതിരിക്കുന്ന ഒരു പുഴ. പുഴ കടക്കാനായി പണിതകോൺക്രീറ്റ് പാലം. പണ്ട് അത് മരപ്പാലമായിരുന്നു. പുഴ ഒഴുകിയെത്തുന്നത് മയ്യഴിപ്പുയിലാണ്.

ഗ്രാമത്തിന്റെ രണ്ടതിരുകളിൽ ഉയർന്ന് നില്ക്കുന്ന കുന്നുകൾ. കാപ്പ്കുന്നും പാലത്തായി കുന്നും. താഴ്‌വരയിൽ തെങ്ങും ഫലവൃക്ഷങ്ങളും. നോക്കെത്താ ദൂരത്തോളം പരന്ന് കിടക്കുന്ന നെൽവയലുകൾ. വാഴയും മരച്ചീനിയും ചേമ്പും ചേനയും വളരുന്ന വളക്കൂറുള്ള മണ്ണ്. ജനങ്ങൾ ഭൂരിപക്ഷവും കാർഷികവൃത്തിയിൽ താല്പര്യമുള്ളവർ....

കുന്നിന് മുകളിൽ ജൈവ വൈവിധ്യങ്ങളുടെ കലവറ. കാട്ടുപന്നി, ചെന്നായ, മുള്ളൻപന്നി, കല്ലുണ്ണി, കുറുക്കൻ മുതലായ മൃഗങ്ങൾ. കിന്നരിപരുന്ത്, ചെമ്പോത്ത്, മീൻകൂമൻ, കാട്ടുമൂങ്ങ തുടങ്ങി 29 ഓളം പക്ഷികൾ. ഔഷധസസ്യങ്ങളുടെ കലവറ. തോടുകളും കണ്ടൂറായിയും പുഴയും. പുഴയിൽ വരാൽ, മുഷു, മെലിഞ്ഞിൽ, നുള്ളിക്കോട്ടി, കടുങ്ങാലി, വെള്ളപ്പരൽ, പുഴയിൽ നിന്ന് വാരിയെടുക്കുന്ന എളമ്പക്കകൾ. എല്ലാം ഇന്ന് ഓർമ്മച്ചിത്രം മാത്രം.

കുന്നുകൾ ഭാഗികമായി ഇടിച്ചുതകർക്കപ്പെട്ടിരിക്കുന്നു. ആ മണ്ണുകൊണ്ട് നെൽവയലുകൾ മൂടി. കോൺക്രീറ്റ് മന്ദിരങ്ങൾ ഉയർന്നുവന്നു. താറ്റു വയൽ ഒരു ഓർമ്മ മാത്രം. പൂഞ്ചപ്പാടം നിലനില്ക്കുന്നുണ്ട്. പഴശ്ശികനാൽ മണ്ണിട്ട് പണിതതിനാൽ വാഹനം പോകാൻ പ്രയാസമായതിനാലാണ് ആ പാടങ്ങൾ മണ്ണിട്ട് മൂടാതെ നില നില്ക്കുന്നത്. പാനൂരംശത്തിൽ 36 ഹെക്ടർ നെൽവയലുകളുണ്ടെന്നാണ് പഴയ കണക്ക്. ഇപ്പോൾ പലതും തെങ്ങിൻ തോപ്പുകളായി മാറി....."

ഇത് വിദ്യാലയം തയ്യാറാക്കിയ പ്രാദേശിക പാരിസ്ഥിതിക ചരിത്രത്തിന്റെ ആമുഖം. ഓരോ ഭാഗവും വിശദമായി പ്രതിപാദിച്ചിട്ടുണ്ട്. മാപ്പുകൾ തയ്യാറാക്കിയിട്ടുണ്ട്. പാരിസ്ഥിതിക പ്രാധാന്യം മാപ്പിൽ വ്യക്തമായി രേഖപ്പെടുത്തി. രജീഷ്കുമാർ എന്ന അധ്യാപകന്റെ നേതൃത്വത്തിൽ സാമൂഹ്യശാസ്ത്രക്ലബ്ബിലെ അംഗങ്ങളാണ് ഈ ചരിത്രാന്വേഷണ രേഖ

തയ്യാറാക്കിയത്.

2007 ലാണ് കേരള ചരിത്രഗവേഷണ കൗൺസിൽ സ്കൂൾ വിദ്യാർത്ഥികൾക്കുള്ള ചരിത്രപഠന പരിപാടി പ്രഖ്യാപിച്ചത്. ചരിത്രാന്വേഷണ യാത്രകൾ - പ്രാദേശിക ചരിത്രം എന്ന പേരിൽ എല്ലാ വിദ്യാലയത്തിലെയും യു.പി., ഹൈസ്കൂൾ വിദ്യാർത്ഥികൾക്ക് വേണ്ടി നടത്തിയ അന്വേഷണപഠനത്തിന് ആവേശകരമായ പിൻതുണയാണ് വിദ്യാലയങ്ങളിൽ നിന്നുണ്ടായത്.

'ഇന്നലത്തെകാര്യങ്ങൾ പ്രായത്തിൽ 'വലുപ്പ'മുള്ളവരോട് ചോദിച്ചറിയുക. പ്രകൃതിയിലേക്കുള്ള ഓരോ യാത്രയും തീർത്ഥാടനമാണ് എന്നത് മറക്കണ്ട' കുഞ്ഞുണ്ണി മാഷുടെ ഒരു സന്ദേശം മാർഗ്ഗരേഖയിൽ ഉൾപ്പെടുത്തിയിട്ടുണ്ട്.

എഴുതിവെച്ച രേഖകളിലെ പകർപ്പ് അല്ല ഈ അന്വേഷണ റിപ്പോർട്ടിൽ ഉൾപ്പെടേണ്ടത്. വാമൊഴിയും പഴഞ്ചൊല്ലുകളും ജൈവവൈവിധ്യങ്ങളുടെ കാഴ്ചയുമാണ് കുട്ടികൾ പ്രാധാന്യം നല്കേണ്ടത്.

വിദ്യാർത്ഥികളിൽ അന്വേഷണ കൗതുകം വളർത്തുകയും സാമൂഹ്യമികവിന് ആവശ്യമായ പരസ്പരസഹകരണം, സംവാദത്തിൽ ഏർപ്പെടാനുള്ള കഴിവ്, സാമൂഹ്യബന്ധങ്ങളുടെ തിരിച്ചറിവ് എന്നിവ നേടാൻ കുട്ടികൾക്ക് അവസരമുണ്ടാക്കുകയാണ് പ്രധാന ലക്ഷ്യമെന്ന് മാർഗ്ഗരേഖയിൽ പറയുന്നു. ഒപ്പം ചരിത്ര ബോധത്തിന്റെ പ്രാധാന്യം കുട്ടികളെ ബോദ്ധ്യപ്പെടുത്തുകയും വേണം.

2007 ലെ അവധിക്കാലം പ്രാദേശികചരിത്രപഠനത്തിനായി കുട്ടികൾ മാറ്റിവെച്ചു. മുതിർന്നവരുമായുള്ള ചർച്ചകൾ. വിവിധ മേഖലയിലെ ആളുകളുടെ കൂട്ടായ്മകൾ എന്നിവ കുട്ടികൾ പരമാവധി ഉപയോഗിച്ച രേഖയുടെ കരട് സ്കൂളിൽ വിളിച്ചുചേർത്ത നാട്ടുകാരുടെ യോഗത്തിൽ അവതരിപ്പിച്ചു. നിർദ്ദേശങ്ങൾക്കനുസരിച്ച് ചിലയിടങ്ങളിൽ മാറ്റം വരുത്തി. പലരും കുട്ടികളെ അങ്ങേയറ്റം അഭിനന്ദിക്കുകയും ചെയ്തു.

കുട്ടികളുടെ മുന്നിൽ രേഖ സമർപ്പിച്ചത് പരിസ്ഥിതി പ്രവർത്തകനായ കുഞ്ഞികൃഷ്ണൻ മാസ്റ്ററുടെ സാന്നിധ്യത്തിലായിരുന്നു. അദ്ദേഹം തന്റെ ആമുഖപ്രസംഗം ആരംഭിച്ചത് ഇങ്ങനെയായിരുന്നു.

"സ്കൂളിലേക്ക് കയറിവരുമ്പോൾ പടവുകൾക്കരികിലൂടെ ഒഴുകിവരുന്ന തെളിനീരിൽ കാൽ കഴുകിയാണ് ഞാൻ കയറി വന്നത്. രണ്ട് പ്രത്യേകതയാണ് എനിക്ക് തോന്നിയത്. നമ്മുടെ നാട്ടിൽ ഒരു പഴയ ആചാരമുണ്ട്. ഓരോ വീട്ടിന്റെ ഉമ്മറത്തും വാൽ കിണ്ടിയിൽ വെള്ളം വെക്കും. കയറി വരുന്ന ആൾ കാൽ കഴുകി അകത്ത് കയറാനാണത്.

പഴയ ഒരാചാരം. ആരോഗ്യ സംബന്ധമായ ഒരു അനിവാര്യതയും. ഈ ജലസാന്നിധ്യം പ്രകൃതിതന്നെ ഒരുക്കി ഈ വിദ്യാലയത്തെ അനുഗ്ര ഹിച്ചിരിക്കുന്നു. പക്ഷേ, ഒരു സംശയം ബാക്കി, ഈ തെളിനീർ ചാലുക ളൊക്കെ ഇനിയെത്ര കാലം...."

മാഷുടെ സംശയം പൂർണ്ണമായും ശരിവെക്കുന്ന തരത്തിലാണ് തുടർന്ന് റിപ്പോർട്ട് കുട്ടികൾ അവതരിപ്പിച്ചപ്പോൾ ബോധ്യമായത്. പുഴ യുടെ വ്യാപ്തി അനുദിനം കുറയുന്നു, തോടുകളും കണ്ടൂറായികളും ജലസംഭരണികളും നശിച്ചിരിക്കുന്നു അതോടൊപ്പമുള്ള ജൈവവൈ വിധ്യം നാമാവശേഷമായി.

കുട്ടികളുടെ റിപ്പോർട്ട് ജില്ലാ സമിതിയിലേക്ക് അയച്ചുകൊടുത്തു. സമ്മാനം ലഭിച്ചിരുന്നില്ല. അതിൽ ആർക്കും ഖേദമില്ല. ചരിത്രപഠന ത്തിനും നൂതന അറിവ് ശേഖരണത്തിനും ജൈവവൈവിധ്യങ്ങളുടെ കലവറയായ ഒരു ഗ്രാമീണചിത്രം മുതിർന്നവരിൽ നിന്ന് പുതിയ തല മുറക്ക് ലഭിച്ചതും പഠനപ്രവർത്തനത്തിലെ മികച്ച നേട്ടം തന്നെ.

ചരിത്രാന്വേഷണ പഠനങ്ങളുടെ തുടർച്ചയോ പ്രാദേശിക ചരിത്രപഠ നങ്ങളുടെ ക്രോഡീകരണമോ കേരളചരിത്ര ഗവേഷണ കൗൺസിൽ പുറത്തിറക്കിയതായി അറിവില്ല. ഉണ്ടെങ്കിൽ ആ പഠനരേഖയുടെ സംക്ഷി പ്തം നമ്മുടെ പ്രാദേശിക പാരിസ്ഥിതിക ചരിത്രത്തിന്റെ ബൃഹദ് സൂചി കയായി മാറുമായിരുന്നു.

•

സമ്മോഹന സൗഭാഗ്യം

കൈയെഴുത്ത് മാസികയുടെ പത്രാധിപസമിതി അംഗങ്ങൾ മാസികയുടെ അവസാന മിനുക്ക് പണിയിലാണ്. ഇനി മാസിക ബൈന്റ് ചെയ്യണം. സ്കൂളിൽ നിന്ന് ചെയ്താൽ വേണ്ടത്ര നന്നാവില്ല. ഏതെങ്കിലും പ്രസ്സിൽ കൊടുത്താൽ മതി. നല്ല കെട്ടുറപ്പോടെ അവർ ബൈന്റ് ചെയ്തുതരും. അതിന് മുൻപ് കവർ ചിത്രം തെരഞ്ഞെടുക്കണം.

"ഏതാണ് കവർ" രസ്ന ഓരോ ചിത്രവും പരിശോധിച്ചു. കവർ എന്ന് പറയുമ്പോൾ 'വ' അല്പം ബലപ്പെട്ടിരുന്നോ എന്ന് കൂട്ടുകാർക്ക് സംശയം.

'കബർ മയ്യത്ത് വെക്കുന്ന കുയ്യാ.... കബറല്ല രസ്നേ കവർ"

ആറാം ക്ലാസിലെ രസ്നയെ ഏഴിലെ സഹീർ തിരുത്തി.

കുട്ടികൾ പൊട്ടിച്ചിരിച്ചു.

രസ്നയുടെ മുഖം ദേഷ്യം കൊണ്ട് ചുവന്നു. കൈയിലെ ചിത്രങ്ങൾ ഊക്കോടെ മേശപ്പുറത്തിട്ട് അവൾ ചൊടിച്ചു കൊണ്ട് പുറത്ത് പോയി.

ദിവസങ്ങളായി അവർ പണിപ്പുരയിലാണ്. ഒഴിവ് വേളകൾ പരമാവധി ഉപയോഗിക്കും, വൈകുന്നേരം അഞ്ച് മണി വരെ കുത്തിയിരിക്കും. പത്രാധിപമാളവിക എല്ലാവരേയും സംയോജിപ്പിക്കുന്നതിന് മിടുക്കിയാണ്.

രസ്നയും നിഖിലുമാണ് മികച്ച കൈയെഴുത്തുകാർ. വെളുത്ത കടലാസിൽ കറുത്ത മഷിയിലെഴുതിയ അക്ഷരങ്ങൾ അച്ചടിയെ തോല്പിക്കും. അത്രയും വടിവൊത്തതാണ് കൈയക്ഷരം. ചിത്രരചനയിലെ കേമൻ അഭിനവ് ആണ്. സ്കൂളിൽ മാത്രമല്ല പുറത്തും അറിയപ്പെടുന്ന ചിത്രകാരനാണ്. കുട്ടിക്കാലം മുതലേ സമ്മാനങ്ങൾ നേടിയ അഭിനവിനെ കൂട്ടുകാർ "പിക്കാസോ" എന്നാണ് വിളിക്കുക. അങ്ങനെ വിളിക്കുന്നത് അഭിനവിന് ഇഷ്ടമാണെന്നാണ് കൂട്ടുകാർ പറഞ്ഞത്.

അധ്യാപകരായ ഞങ്ങൾ ഇടപെടുകയേ വേണ്ട. അവർ തന്നെ എല്ലാ ജോലിയും ചെയ്യും. രചനകൾക്ക് പരസ്യം ചെയ്യും. കുട്ടികളിൽ നിന്ന് ശേഖരിക്കും. അവ പരിശോധിക്കും. അത്യാവശ്യം തിരുത്ത് അവർ തന്നെ നല്കും. രൂപകല്പന, ചിത്രങ്ങൾ എല്ലാം കുട്ടികൾ തന്നെ. അത്യാ

വശ്യ ഘട്ടത്തിൽ മാത്രം അധ്യാപകരുമായി ചർച്ച ചെയ്യും.

വായനാമുറിയിലെ പഴയ മാസികകൾ, ബാലമാസികകൾ, ആനുകാലികങ്ങൾ എന്നിവ കുട്ടികൾ ചികഞ്ഞു പരിശോധിക്കും. ലേ ഔട്ട്, തലക്കെട്ട് എന്നിവയ്ക്ക് ചില മാതൃകകൾ കണ്ടെത്തും. സഹീർ ആണ് തലക്കെട്ട് എഴുതുന്നതിൽ വിദഗ്ധൻ. ക്രയോണും സ്കെച്ചുപേനയുമാണ് സഹീറിന് ഏറെ ഇഷ്ടം.

ഞാൻ ഓർത്തത് കുട്ടിക്കാലം തന്നെ. ഒരു കൈയെഴുത്ത് മാസിക ഇത്പോലെ തയ്യാറാക്കുക. കുട്ടികൾക്ക് അസാധ്യം തന്നെ. അധ്യാപകർ തന്നെ ചെയ്തുതരണം. കഥയും കവിതയും എഴുതാൻ കഴിവുള്ളവർ ആരെങ്കിലും ഉണ്ടായിരുന്നോ? ഇല്ല. അതിനാണെങ്കിൽ അന്ന് അവസരവും ഇല്ല.

അന്ന് വായനശാലയിൽ കാണാറുള്ള ഒരു മികച്ച പ്രസിദ്ധീകരണം സോവിയറ്റ് നാട് ആണ്. മലയാളത്തിൽതന്നെ പതിപ്പുണ്ട്. ആരും കയ്യിലെടുത്തുപോകും. അത്രയും മനോഹരമാണ്. മികച്ച കടലാസ്. കമനീയമായ അച്ചടി. ബഹുവർണ്ണപ്പേജുകൾ.

അതിൽ കുട്ടികൾക്ക് വേണ്ടി ഒരു പേജ് ഉണ്ടായിരുന്നു. ആ പേജിന്റെ എഡിറ്റിങ്ങും രൂപകല്പനയും ചിത്രങ്ങളും ഒക്കെ ചെയ്തത് കുട്ടികൾ തന്നെ. അന്നത് വായിച്ച് അതിശയപ്പെട്ടിട്ടുണ്ട്. ഒമ്പതും പത്തും വയസ്സുകാരന് ഇത് കഴിയുന്ന കാര്യമാണോ?

ഇപ്പോൾ നമ്മുടെ എല്ലാ വിദ്യാലയത്തിലും അത്തരം കുട്ടി പത്രാധിപരും സമിതികളുമുണ്ട്. അവർ നിർമ്മിക്കുന്ന മാസികകളും ചുമർപത്രങ്ങളും എത്രമാത്രം സുന്ദരമാണ്. രചനകളാണെങ്കിൽ സർഗാത്മകതയുടെ പുതുമുകുളങ്ങൾതന്നെ.

(മുതിർന്നവരുടെ മുൻ വിധികളാണ് കുട്ടികളുടെ വളർച്ചയിൽ പലപ്പോഴും തടസ്സമായി നില്ക്കുന്നത്)

പൊതു വിദ്യാഭ്യാസ വകുപ്പും സംസ്ഥാനബാലസാഹിത്യ ഇൻസ്റ്റിറ്റ്യൂട്ടും സംയുക്തമായി കേരളത്തിലെ അപ്പർ പ്രൈമറി, ഹൈസ്കൂൾ തലത്തിൽ 1998 മുതൽ ആരംഭിച്ച വിദ്യാരംഗം കലാസാഹിത്യവേദി വിദ്യാലയങ്ങളിൽ കലാ സാഹിത്യാഭിരുചിയുള്ള കുട്ടികൾക്ക് പുതിയ അവസരങ്ങളുടെ പാതയൊരുക്കി. പഠനത്തോടൊപ്പം കുട്ടികളുടെ കലാസാഹിത്യമേഖലയിലെ കഴിവുകളെ വളർത്തുകയാണ് ലക്ഷ്യം. മത്സരങ്ങൾക്ക് അല്ല പ്രാധാന്യം നല്കിയത്. ക്യാമ്പുകൾ, സംവാദങ്ങൾ, രചനകളെ അവലംബിച്ചുള്ള ചർച്ചകൾ എന്നിവ സാർവ്വത്രികമാക്കി.

സംസ്ഥാന ബാലസാഹിത്യ ഇൻസ്റ്റിറ്റ്യൂട്ട് നടത്തി വരുന്ന കൈയെ

ഴുത്ത് മാസികാ മത്സരം വിദ്യാലയങ്ങൾക്ക് പുതിയ ഉണർവ്വ് നല്കി. കുട്ടികൾ തന്നെ തയ്യാറാക്കുന്ന മാസികകളെയാണ് അവാർഡ് പരിഗണനക്കായി തെരഞ്ഞെടുത്തത്.

മുഖചിത്രം, രൂപകല്പന, രചനയിലെ മൗലികത എല്ലാം വിദഗ്ധ സമിതി പരിശോധിക്കും. വിധി നിർണയത്തിന് ദിവസങ്ങൾ തന്നെ വേണ്ടി വരും. ഹൈസ്കൂൾ, അപ്പർ പ്രൈമറി വിഭാഗത്തിലായി 380 മാസികകൾ വരെ സംസ്ഥാനതലത്തിൽ ഈ മത്സരത്തിലേക്ക് എത്തിച്ചേർന്നിട്ടുണ്ട്.

തലശ്ശേരി വിദ്യാഭ്യാസ ജില്ലയിലെ തിരുവങ്ങാട് ചാലിയ യു.പി.സ്കൂളിലെ നവജ്യോതി മാസികയാണ് പ്രഥമ വർഷത്തെ (1999-2000) സംസ്ഥാന അവാർഡിന് തെരഞ്ഞെടുക്കപ്പെട്ടത്. 3000 രൂപയും പ്രശസ്തി പത്രവും ശില്പവും അടങ്ങുന്ന അവാർഡ് പത്രാധിപർ ഹരികൃഷ്ണനും സംഘവും അന്നത്തെ കേരള സാംസ്കാരിക വകുപ്പുമന്ത്രി ടി.കെ.രാമകൃഷ്ണനിൽ നിന്ന് ഏറ്റുവാങ്ങി. ഈ പുരസ്കാരം വിദ്യാരംഗം പ്രവർത്തർക്കും അതിയായ സന്തോഷം പകർന്നു.

“കൊച്ചു കൊച്ചു സ്വപ്നങ്ങളും പിന്നെ ഇണക്കങ്ങളും മാത്രമല്ല വിചിത്ര കാല്പനിക സങ്കൽപ്പങ്ങൾ കൊണ്ട് സമ്പന്നമായ ബാലചിന്തയും സാക്ഷാത്കരിച്ച സമ്മോഹന സൗഭാഗ്യമാണ് ‘നവജ്യോതി’ ”എന്ന് പ്രശംസാ പത്രത്തിൽ രേഖപ്പെടുത്തി. തലശ്ശേരിയിലെ വിദ്യാഭ്യാസപ്രവർത്തകർക്ക് അത് ആവേശമായി.

കൈയെഴുത്ത് മാസിക നിർമ്മാണത്തിന് ദിശാബോധം നല്കുന്ന ശില്പശാലകൾ വ്യാപകമായി നടന്നു. പ്രശസ്ത എഴുത്തുകാരും ചിത്രകാരന്മാരും രൂപകല്പനയിലെ വിദഗ്ധരും ശില്പശാലകളിൽ ക്ലാസെടുത്തു. എല്ലാ വിദ്യാലയങ്ങളും കൈയെഴുത്ത് മാസികാ മത്സരത്തിൽ പങ്കെടുത്തു. രചനകളിൽ, രൂപകല്പനയിൽ ഉപയോഗിച്ച കടലാസുകളിൽ പോലും വൈവിധ്യം ദൃശ്യമായി. മാസികകൾ കുട്ടികളുടെ സ്വന്തമായി. ദുർഗ്രഹമായ വാചകക്കസർത്തുകൾ മുഖവുരയിൽ പോലും ഇല്ലാതായി. കുട്ടികളുടെ പെൻസിൽ ബോക്സ് പോലെ വളപ്പൊട്ടുകളും മഞ്ചാടിയും മയിൽപ്പീലിത്തുണ്ടും അടങ്ങിയ കുഞ്ഞ് കൗതുകങ്ങളുടെ കലവറയായി കൈയെഴുത്ത് മാസികകളും മാറി.

ഇപ്പോൾ വിദ്യാലയങ്ങളിൽ നിന്ന് അച്ചടി മാസികകൾ ധാരാളമായി പുറത്ത് വരുന്നു. കമ്പ്യൂട്ടറിന്റെ ഉപയോഗം അച്ചടി മാസിക നിർമ്മാണത്തിന് സഹായകരമായി. ഇത്തരം മാസികകളെക്കുറിച്ചു ചോദിച്ചപ്പോൾ അനഘ മറുപടി പറഞ്ഞതിങ്ങനെ ആയിരുന്നു.

"ഞങ്ങളുടെ വിരലൊപ്പ് പതിയാത്ത മാസികയോട് അത്രമാത്രം മനസ്സടുപ്പം ഉണ്ടാവില്ല" ശരിയാണ്. എത്ര കൃത്യമായ മറുപടി. (ഹോ, അനഘ, നിന്നെ ഞാൻ നമിക്കുന്നു)

രണ്ടു വർഷമായി സംസ്ഥാന ബാലസാഹിത്യ ഇൻസ്റ്റിറ്റ്യൂട്ട് കൈയെഴുത്ത് മാസികാ മത്സരത്തിൽ നിന്ന് പിൻമാറിയിരിക്കുകയാണ്. മത്സരം ഇല്ലെങ്കിലും വിദ്യാലയങ്ങളിൽ കുട്ടികളുടെ സർഗാത്മക രചനകളുടെ പ്രാഥമിക കളരിയായി കൈയെഴുത്ത് മാസികകൾ പ്രസിദ്ധീകരിക്കുന്നുണ്ട്.

ഒരു ബാലസാഹിത്യ ശില്പ ശാലയിൽ മികച്ച വായനക്കാരിയായ അനാമിക ചോദിച്ച ചോദ്യം എന്റെ കാതുകളിൽ മുഴങ്ങുകയാണ്.

"ഇന്റർനെറ്റും ബ്ലോഗും ഇൻഫർമേഷൻ സൂപ്പർഹൈവേയും അക്ഷരലോകത്തെ പിടിച്ചടക്കുമ്പോൾ നിറം മങ്ങിയ കടലാസിനും അതിൽ കോറിയിട്ട അക്ഷരങ്ങൾക്കും ഇനി എന്താണ് പ്രസക്തി"

അന്ന് പറഞ്ഞ മറുപടിയേ ഇപ്പോഴും എന്റെ പക്കലുള്ളൂ "ഏത് മാധ്യമമായാലും മികവുള്ളത് എക്കാലവും നിലനില്ക്കും."

•

സത്യവതി ടീച്ചറും ലാപ് ടോപ്പും

വായനശാല സംഘടിപ്പിച്ച സാഹിത്യസദസ്സിൽ പങ്കെടുക്കാനാണ് സ്കൂളിൽ എത്തിയത്. ഹാളിൽ ആളുകൾ വളരെ കുറവ്. സംഘാടകർ ആളെ കൂട്ടാനുള്ള തിരക്കിലാണ്. സ്കൂൾ ഹാളിലാണ് പരിപാടി.

ഞാൻ ഓഫീസ് മുറിയിൽ കയറിച്ചെന്നു. സത്യവതി ടീച്ചർ എഴുന്നേറ്റു നിന്നു. "വരണം.....സാർ"

"ഞാൻ വർഗ്ഗസ്നേഹം കൊണ്ട് കയറിപ്പോയതാണ്"

ഒപ്പമുള്ള ഖാദർവക്കീൽ ചിരിച്ചു.

"നിങ്ങൾക്ക് എപ്പോഴും കുട്ടികളുടെ കാര്യം പറയാനല്ലേ നേരമുള്ളൂ" ഖാദർ വക്കീൽ പറഞ്ഞത് ശരിയെന്ന അർത്ഥത്തിൽ ഞങ്ങൾ തലയാട്ടി.

ഖാദർ വക്കീൽ പുറത്തിറങ്ങി പരിപാടി തുടങ്ങാനുള്ള തിരക്കിലായി.

സമയം നാലരയായി. ടീച്ചർ തന്റെ കൊച്ച് ലാപ്പ്ടോപ്പിൽ ശമ്പള ബിൽ ശരിയാക്കുകയാണ്. സർക്കാർ ജീവനക്കാരുടെ ശമ്പളം 'സ്പാർക്ക്' വഴി ആയതോടെ ശമ്പളവിതരണോദ്യോഗസ്ഥർ തിരക്കിലാണ്.

"ബില്ല് ശരിയായി. ഇനി പെൻ ഡ്രൈവിലാക്കി ടൗണിൽ പോയി പ്രിന്റെടുക്കണം. നാളെ ഓഫീസിൽ ബില്ല് സമർപ്പിക്കണം."

ടീച്ചറുടെ വിശദീകരണം കേട്ട് ഞാനമ്പരന്നു.

പത്താം ക്ലാസും ഗുസ്തിയും കഴിഞ്ഞ് പ്രാധാനാധ്യാപികയായ ടീച്ചർ പഠനപ്രവർത്തനങ്ങളോടൊപ്പം വൈകുന്നേരം വരെ ഇരുന്ന് തന്റെ ലാപ് ടോപിൽ കണക്കുകൾ ശരിയാക്കുകയാണ്. പ്രൈമറി സ്കൂളിൽ പ്യൂണും ക്ലാർക്കും എല്ലാം പ്രധാനാധ്യാപകരാണ്. കുറ്റം പറയാതെ ജോലി ചെയ്യാൻ അമ്പതിലും പ്രസരിപ്പോടെ ടീച്ചറുണ്ട്. കഴിഞ്ഞവർഷം സ്കൂളിൽ നിന്ന് പ്രസിദ്ധീകരിച്ച കവിതാസമാഹാരം പ്രകാശനം ചെയ്തപ്പോഴും ടീച്ചറുടെ കഴിവ് തെളിയിച്ച നേതൃമഹിമയെ പലരും പ്രശംസിച്ചതാണ്.

"ടീച്ചർ, പഴയ ഒരു സിനിമ ഓർമ്മയുണ്ടോ?"

"ഏത് സിനിമ" ടീച്ചർ ലാപ് ടോപിൽ നിന്ന് തലയുയർത്തി.

സ്കൂൾ തുറന്നുവെച്ച ശേഷം തന്റെ വാഴത്തോപ്പിൽ കിളയ്ക്കുന്ന

ഒരു ഹെഡ്മാസ്റ്ററുടെ ചിത്രം ടീച്ചർ ഓർമ്മിക്കുന്നുണ്ടോ”

“അതൊക്കെ പഴയ കഥയല്ലേ മാഷെ.... നിങ്ങൾക്ക് എഴുതാൻ പറ്റിയ ചില വിഷയങ്ങൾ. ഇപ്പോൾ വാഴ വെക്കുന്നതൊക്കെ സ്കൂളിൽ തന്നെ യല്ലേ........” ടീച്ചർ പുറത്തേക്ക് കൈചൂണ്ടി. നല്ല മുഴുത്ത വാഴക്കുലകൾ. “ഇക്കൊല്ലത്തെ ബ്ലോക്ക് തല ഹരിത വിദ്യാലയ പുരസ്കാരം ഞങ്ങൾക്കായിരുന്നു. ”

സ്കൂളിൽ ആകെ അഞ്ചുപേർ. നാല് ക്ലാസധ്യാപകരും ഒരു അറ ബിക്കും. ക്ലാസധ്യാപകരിൽ ഒരാൾ ഹെഡ് ടീച്ചർ തന്നെ.

“പഠിപ്പിക്കുന്നതിനിടയിൽ ഇപ്പണിയൊക്കെ ചെയ്യും. വീട്ടിൽ എത്തി യാൽ പണിയുടെ പൂരം. നിങ്ങൾ ആണുങ്ങൾ ഭാഗ്യവാന്മാർ” മറുപടി പറയാൻ കഴിയാതെ ഞാൻ ചുണ്ടിൽ ചിരി വരുത്തി.

ഖാദർ വക്കീൽ തിരിച്ചെത്തി. പരിപാടി തുടങ്ങാൻ സമയമായി. “വന്ന ആളും വെച്ചരിയും” വക്കീൽ പറഞ്ഞു. “പഴയപോലെ പരിപാടി കൾക്കൊന്നും ആളെ കിട്ടുന്നില്ല” അയാൾ അസ്വസ്ഥനായി.

ചടങ്ങ് തുടങ്ങി. സ്വാഗതപ്രസംഗം കത്തിനില്ക്കുകയാണ്. ഞാൻ ചുറ്റും നോക്കി. ഒരു പഴയ കെട്ടിടം. ജൂണിൽ അടിച്ച മഞ്ഞച്ചായം പകു തിയോളം മാഞ്ഞുപോയി. ജനലുകൾക്കൊന്നും കതകില്ല. താഴോട്ട് വീഴാൻ കൊതിക്കുന്ന മേൽക്കൂര.

“ഈ കെട്ടിടം കൂടി ഒന്നു നവീകരിച്ചെങ്കിൽ” എന്റെ മനസ്സ് സ്വപ്നം കണ്ടു. നവീകരിച്ച കെട്ടിടം. ഓരോ കുട്ടിക്കും സൗകര്യമായ ഇരിപ്പിട ങ്ങൾ. വിസ്തൃതമായ കളിസ്ഥലം. വൃത്തിയുള്ള ടോയിലറ്റുകൾ.

വീട്ടിൽ വന്നതിന് ശേഷം ഞാൻ ശ്രീമതിയോട് സത്യവതി ടീച്ചറെക്കുറിച്ചു പറഞ്ഞു. അവരുടെ സീനിയറായി അധ്യാപക പരിശീ ലനം നേടിയവരാണ്. അന്നേ അവൾക്കും വലിയ മതിപ്പാണ്.

സ്കൂൾ പ്രവർത്തനത്തിൽ ഒരിക്കലും കുറ്റം പറയില്ല. പരമാവധി ചെയ്യുക. അതാണ് ടീച്ചറുടെ പോളിസി. “കുട്ടികളുടെ ഭാവി കൊണ്ടാ കളി. അത് ഓർമ വേണം”

ടീച്ചർ ക്ലസ്റ്റർ ക്ലാസിൽ പറഞ്ഞപ്പോൾ മറ്റുള്ളവർ പരിഹസിച്ചു. “ഭാവി ഭാഗധേയങ്ങളുടെ ക്വട്ടേഷൻ ടീച്ചർ ഒറ്റക്ക് ഏറ്റെടുക്കേണ്ട” ടീച്ചർ മൗനം പാലിച്ചു.

ഡയറ്റ് നടത്തിയ പ്രധാനാധ്യാപകർക്കുള്ള ശില്പശാല തുടങ്ങിയത് തന്നെ ഇങ്ങനെയാണ്

“As is the Headmaster, so is the school”

പ്രധാനാധ്യാപകന്റെ ചുമതലകൾ, കൃത്യനിർവഹണം. കുട്ടികളോ

ടുള്ള സ്നേഹം. സ്നേഹത്തോടെയുള്ള ഇടപെടൽ. എല്ലാം അന്നത്തെ ക്ലാസിലും ആവർത്തിച്ചിരുന്നു.

സ്കൂളിന്റെ പഴയ രീതികൾ മാറി എന്നത് ശരിയാണ്. സത്യവതി ടീച്ചറുടെ ലാപ് ടോപിൽ ഓരോ ദിവസവും വൈകുന്നേരം സോഫ്റ്റ് വെയർ വിഴുങ്ങുന്ന കണക്കുകൾ എന്തൊക്കെയാണ്. ഉച്ചക്കഞ്ഞിയുടെ അരി, പയർ, മുട്ട, പാൽ എന്നിവയുടെ കണക്കുകൾ. സർവ്വശിക്ഷാ അഭിയാൻ ഗ്രാന്റ് വിനിയോഗം: അതിലെല്ലാമുപരി പ്രതിമാസ കലണ്ടർ, നിർവ്വഹണം, റിപ്പോർട്ട്.

'ഇനി ലോഗ് ബുക്കും ഫാക്ചൽ ഡയറിയും വേണ്ട മാഷേ.... ഓരോ മാസവും ഇതിൽ രേഖപ്പെടുത്തി പ്രിന്റ് എടുത്ത് സൂക്ഷിച്ചാൽ മതി.'

പ്രധാനാധ്യാപക യോഗത്തിൽ വെച്ച് ടീച്ചർ പറഞ്ഞപ്പോൾ ഒന്ന് തൊഴാനാണ് തോന്നിയത്.

നാല് കമ്പ്യൂട്ടറും പ്രിന്ററും എന്റെ വിദ്യാലയത്തിലുമുണ്ട്. ഇന്റർനെറ്റ് കണക്ഷൻ ആയിട്ടില്ല. ശമ്പളബിൽ വീട്ടിൽ വെച്ച് ശരിയാക്കും. ഭാര്യയും മകളുമൊക്കെ ചേർന്നുള്ള ഒരു കൂട്ടുകൃഷി.

"വീട്ടിൽ നിങ്ങൾക്ക് ഒരുപാട് സമയമുണ്ടല്ലോ. എന്റെ മകനാണ് എന്നെ ഇതൊക്കെ പഠിപ്പിച്ചത്. നെറ്റ് കണക്ഷനുള്ള കാർഡുംഅവൻ തന്നെ പരിചയപ്പെടുത്തി തന്നു."

ടീച്ചർ ലാപ് ടോപ് തുറന്നു. കുട്ടികളുടെ എല്ലാവിവരങ്ങളും രേഖപ്പെടുത്തിയിട്ടുണ്ട്.

"ബി.ആർ.സിക്കാർ ഇടക്കിടെ പറയുന്ന കണക്കുകൾ കൊടുക്കൽ എളുപ്പമാണ്.അഞ്ച് മിനുട്ട് മതി. എല്ലാം റെഡി.

സത്യവതി ടീച്ചർ ഒരു മാതൃകയായി വളർന്നു. ജോലി ഭാരത്തെക്കുറിച്ച് എപ്പോഴും കുറ്റം പറയുന്ന പ്രധാനാധ്യാപകരിൽ നിന്ന് അവർ എത്രമാത്രം വ്യത്യസ്തയാണ്.

•

കുട്ടികൾ സുരക്ഷിതരല്ല

"പരിയാരം യു.പി.സ്കൂൾ കെട്ടിടം തകർന്നു വീണു. അവധി ദിനമായതിനാൽ വൻ ദുരന്തം ഒഴിവായി. അഞ്ചാം ക്ലാസ് പ്രവർത്തിക്കാറുള്ള കെട്ടിടം മേൽക്കൂരയും ചുമരും ഉൾപ്പെടെ നിലംപതിച്ചു. ഇന്നലെ പുലർച്ചെയാണ് തകർന്ന് വീണത്.

സ്കൂൾ കെട്ടിടം നന്നാക്കണമെന്ന് പലതവണ നാട്ടുകാർ ആവശ്യപ്പെട്ടിട്ടും മാനേജ്മെന്റ് അറ്റകുറ്റപ്പണി നടത്താൻ തയ്യാറാകാത്തതിനാലാണ് കെട്ടിടം തകർന്നതെന്ന് പറയുന്നു."

2011 നവംബർ 21ലെ പത്രവാർത്തയുടെ ആദ്യഭാഗമാണിത്. മഴയോ കാറ്റോ പ്രകൃതിക്ഷോഭമോ ഒന്നുമില്ലാത്ത അവസ്ഥയിലാണ് കെട്ടിടം തകർന്നു വീണത്. കെട്ടിടത്തിന്റെ പഴക്കം തന്നെ കാരണം. പകൽ സമയത്ത് സ്കൂൾ പ്രവർത്തിച്ചു കൊണ്ടിരിക്കുമ്പോഴാണ് ദുരന്തമുണ്ടായതെങ്കിൽ എത്ര കുരുന്ന് ജീവൻ നഷ്ടപ്പെടുമായിരുന്നു.

നമ്മുടെ പൊതുവിദ്യാലയങ്ങളിലെ, പ്രത്യേകിച്ച് പ്രൈമറി വിദ്യാലയങ്ങളിലെ ഭൗതിക സാഹചര്യം അതീവ ശോചനീയമാണ്. സർക്കാർ വിദ്യാലങ്ങളുടെ മുഖഛായ മാറി. പൊതുഫണ്ടുകൾ ഇതിനായി ചെലവഴിക്കാൻ കഴിഞ്ഞത് കൊണ്ടാണ് സർക്കാർ വിദ്യാലയങ്ങൾ മെച്ചപ്പെട്ടത്. എയിഡഡ് വിദ്യാലയങ്ങൾക്കും ജനപ്രതിനിധികളുടെയും ത്രിതലപഞ്ചായത്തുകളുടെയും ഫണ്ടുകൾ ഉപയോഗിക്കാൻ അവസരം നല്കണം. കുട്ടികളാണ് ഉപഭോക്താക്കൾ എന്ന നിലയിൽ നിയമം മാറ്റിയെഴുതണം. മാനേജ്മെന്റുകളുടെ ഉദാസീനതക്കെതിരെ നടപടികൾ കൈക്കൊള്ളണം.

കുട്ടികളുടെ അവകാശങ്ങളെക്കുറിച്ച് സാർവ്വദേശീയ മനുഷ്യാവകാശ പ്രഖ്യാപനങ്ങൾ നാം വിസ്മരിക്കുകയാണ്. ഭരണഘടനാനുസൃതമായ നിയമങ്ങൾ കാറ്റിൽ പറത്തുകയാണ്.

ആരോഗ്യം, ചികിത്സാസൗകര്യങ്ങൾ വിദ്യാഭ്യാസം എന്നിവയെല്ലാം ഉന്നത നിലവാരത്തിൽ ലഭിക്കാൻ കുട്ടിക്ക് അവകാശമുണ്ട്. കുട്ടികളുടെ വ്യക്തിത്വത്തിനും സർഗശേഷിക്കും അനുസൃതമായ വികസനം, മാന

സികവും ശാരീരികവുമായ കഴിവുകളുടെ പൂർണ തോതിലുള്ള വികസനം എന്നിവ വിദ്യാഭ്യാസത്തിലൂടെ ലഭിക്കണം.

ഭാരതത്തിലെ പരമോന്നത നീതിപീഠം കഴിഞ്ഞ ദിവസം പ്രഖ്യാപിച്ച വിധി നടപ്പിലാക്കാൻ ഭരണകൂടങ്ങൾ തയ്യാറാവണം. ഭൂരിപക്ഷം വിദ്യാലയങ്ങളിലും സൗകര്യപ്രദവും വൃത്തിയുള്ളതുമായ മൂത്രപ്പുരകളും ടോയിലറ്റുകളും ഇല്ല എന്നാണ് സുപ്രീം കോടതി കണ്ടെത്തിയത്. കേരളത്തിലും കുട്ടികൾക്കാവശ്യമായ രീതിയിൽ ശുചിത്വമുള്ള മൂത്രപ്പുരകൾ ആനുപാതികമായി കുറവ് തന്നെയാണ്. പല വിദ്യാലയങ്ങളിലും വിദ്യാർത്ഥിനി സൗഹൃദ ടോയിലറ്റുകൾ നിലവിലില്ല. ശുചിത്വബോധം കുട്ടിക്കാലത്തെ ശീലിച്ചുവരേണ്ടുന്ന സ്വഭാവ സവിശേഷതയാണ്. വിദ്യാലയങ്ങളിലെ സൗകര്യം എത്രമാത്രം ശോചനീയമാണ്. ദുർഗന്ധം വമിക്കുന്ന മൂത്രപ്പുരകൾ, ആവശ്യത്തിന് വെള്ളം കിട്ടുകയുമില്ല. കൈകഴുകാൻ സോപ്പ് കഷണമെങ്കിലുമുള്ള എത്ര ടോയിലറ്റുകൾ നമ്മുടെ വിദ്യാലയങ്ങളിലുണ്ട്.

ഗൃഹാതുര ഓർമകളുമായി തന്റെ പഴയ വിദ്യാലയത്തിന്റെ തിരുമുറ്റത്തെത്തുന്ന പൂർവ്വ വിദ്യാർത്ഥികൾ തിരിച്ചറിയുന്ന ഒരു സത്യമുണ്ട്. അരനൂറ്റാണ്ട് മുമ്പ് താൻ പഠിക്കുന്ന കാലത്തുണ്ടായിരുന്ന അതേകെട്ടിടം. സിമന്റ് തേക്കാത്ത ചുമരുകൾ. പൊളിഞ്ഞടർന്ന് വീഴുന്ന ജന്നലുകൾ. അകത്ത് വേണ്ടത്ര പ്രകാശം ലഭിക്കാത്ത മുറികൾ. പഴകിയ മേൽക്കൂര. ഒടിഞ്ഞതും ഭാഗികമായി തകർന്നതുമായ ഉപകരണങ്ങൾ. പൊടിപിടിച്ച് ചവിട്ടാൻ അറക്കുന്ന നിലങ്ങൾ. എല്ലാ സുഖസൗകര്യങ്ങളുമുള്ള വീട്ടിൽ നിന്ന് സ്കൂളിൽ എത്തുന്ന കുട്ടി അഞ്ചാറ് മണിക്കൂർ ശുചിത്വമില്ലാത്ത ഇടങ്ങളിൽ ചെലവഴിക്കേണ്ട ദുരവസ്ഥ എത്രമാത്രം ഭീകരമാണ്.

പാഠ്യപദ്ധതി പരിഷ്കരണത്തിന്റെ ഭാഗമായി സംഘപ്രവർത്തനവും സഹവർത്തിത ക്ലാസുകളും നടത്താൻ ഇടുങ്ങിയ ക്ലാസ് മുറികൾക്ക് എവിടെയാണ് സൗകര്യം.

പഴയ ഗ്രാമങ്ങളിലെ കെട്ടിടങ്ങൾ പലതും പുതിയ വാസ്തുവിദ്യയുടെയും നവീന ആർക്കിടെക്റ്റ് വൈദഗ്ധ്യത്തിന്റെയും ചട്ടക്കൂടുകളിലേക്ക് മാറി. കെട്ടിടങ്ങളും ഉപകരണങ്ങളും നവീകരിക്കപ്പെട്ടു. നഗരത്തിലെ കെട്ടിടസമുച്ചയങ്ങൾക്കിടയിൽ പ്രാകൃതരൂപത്തിൽ ഒരു കെട്ടിടം നിലനില്ക്കുന്നുണ്ടെങ്കിൽ തീർച്ചയായും അതൊരു പ്രൈമറി വിദ്യാലയമായിരിക്കും. ഗ്രാമത്തിലെ സ്കൂളിന്റെയും അവസ്ഥ ഇത് തന്നെയാണ്.

പ്രീ-കെ.ഇ.ആർ (1957ന് മുമ്പുള്ള) വിദ്യാലയ കെട്ടിടങ്ങൾ പൊളി

ച്ചുമാറ്റി നവീകരിക്കണമെന്ന് ഹൈക്കോടതി വിധി നിലവിലുണ്ട്. എന്നാൽ വിദ്യാഭ്യാസ അധികൃതർ ഓരോവർഷവും കെട്ടിടങ്ങൾ തുടരാം എന്ന താല്ക്കാലിക അനുമതി നല്കിവരികയാണ്. അധികൃതർ ആരുടെ താല്പര്യമാണ് സംരക്ഷിക്കുന്നത് ?

കെട്ടടിത്തിന്റെ പ്രൗഢിയിൽ ആഢംബരത്തിന്റെ സമൃദ്ധിയിൽ അൺ എയിഡഡ് വിദ്യാലയങ്ങൾ തഴച്ചുവളരുകയാണ്. പഠനപ്രവർത്തനങ്ങളുടെ മികവ് കൊണ്ടല്ല രക്ഷിതാക്കളെ അങ്ങോട്ടേക്ക് ആകർഷിക്കുന്നത്. ആവശ്യമായ ഭൗതിക സൗകര്യങ്ങളിൽ അവർ മോഹിതരാവുകയാണ്.

ദേശീയ വിദ്യാഭ്യാസനയം നടപ്പിലായി. അധ്യാപക പേക്കേജ് കേരളത്തിൽ യാഥാർത്ഥ്യമായി എന്ന് പറഞ്ഞ് ആഘോഷങ്ങൾ കൊണ്ടാടുകയാണ്. കുട്ടികളുടെ ജീവൻ വെച്ചുകൊണ്ടുള്ള കളി ഇനിയും തുടരരുത്. ജില്ലാടിസ്ഥാനത്തിലെങ്കിലും കെട്ടിടങ്ങളുടെ സുരക്ഷിതത്വം പരിശോധിച്ച് ഉറപ്പ് വരുത്തുന്ന സ്ഥിരം സമിതികൾ അനിവാര്യമാണ്.

സ്വതന്ത്രമായി ജീവിക്കാനുള്ള അവസരം കുട്ടികൾക്ക് ലഭിക്കണം അവരുടെ സുരക്ഷിതത്വം ഉറപ്പ്പു വരുത്തണം. കുട്ടികളുടെ മനോവിചാരങ്ങളെ പ്രചോദിതമാക്കുന്ന സാഹചര്യം അവർക്ക് നല്കുക, അത് മാത്രമാണ് നാം ചെയ്യേണ്ടത്.

(2012)

•

പുൽക്കൂട്ടിലെ കുഞ്ഞ്

1995. കേരളോത്സവം സജീവമായിരുന്ന കാലം. ആ വർഷത്തെ കൂത്തുപറമ്പ് ബ്ലോക്ക് കേരളോത്സവം പാനൂരിൽ വെച്ചാണ് നടന്നത്. കലാ വിഭാഗം മത്സരങ്ങൾ പാനൂർ ഹൈസ്കൂൾ ഗ്രൗണ്ടിൽ. ഏഴോളം പഞ്ചായത്തുകൾ വിവിധ ഇനം മത്സരങ്ങളിലായി സജീവമായി രംഗത്തുണ്ട്. അവധിക്കാലമായതിനാൽ കാണികൾ ധാരാളം. വീണു കിട്ടിയ ഉത്സവ ദിനങ്ങൾ നാട്ടുകാർ ആഘോഷിക്കുകയാണ്.

പാനൂർ ഗ്രാമപഞ്ചായത്തിൽ നിന്ന് നാടകം, നിശ്ചലദൃശ്യം എന്നിവയിൽ ഒന്നാം സ്ഥാനം ലഭിച്ചത് പാനൂർ പഞ്ചായത്തിലെ അഞ്ചാം വാർഡായ പാലത്തായി പ്രദേശത്തെ യുവാക്കൾ ഉൾപ്പെട്ട കലാവേദിക്കായിരുന്നു. പാലത്തായി യുപി സ്കൂളിലെ പൂർവ്വ വിദ്യാർത്ഥികൾ. സജീന്ദ്രൻ, സൂരജ്, മുരളി തുടങ്ങിയവരുടെ നേതൃത്വത്തിൽ വലിയൊരു സംഘം തന്നെ കലാപ്രവർത്തനങ്ങളുമായി ഒപ്പമുണ്ട്.

മത്സരം നടക്കുന്ന ദിവസം ഡിസംബർ 25. ലോകം മുഴുവൻ അന്ന് ക്രിസ്മസ് ആഘോഷിക്കുന്ന ദിനം. തലേ ദിവസമാണ് പുതിയൊരു ആശയം പിറന്നുവീണത്. നിശ്ചല ദൃശ്യം അവതരണത്തിൽ പ്രധാനപ്പെട്ട ഒരു മാറ്റം അനിവാര്യമാണെന്ന് തോന്നി. പുൽക്കൂട്ടിലെ ഉണ്ണി യേശുവിന്റെ പിറവിയാകാം നിശ്ചലദൃശ്യത്തിന്റെ ആശയം എന്ന് തീരുമാനിച്ചു. മണിക്കൂറുകൾക്കുള്ളിൽ എന്റെ ഗ്രന്ഥശേഖരത്തിൽ നിന്ന് ഒരു ചിത്രം കണ്ടെത്തി. പ്രശസ്ത ചിത്രകാരൻ ലൂയിലെ നെയ്ൻ വരഞ്ഞ ദി അഡോറേഷൻ ഓഫ് ദി ഷെപേർഡ്സ്. ഒറ്റരാത്രികൊണ്ട് മാതൃകകൾ പണിതു. കൂട്ടുകാർക്കൊക്കെ വലിയ ഉത്സാഹമായിരുന്നു. പുൽക്കൂടും പശുവും കുതിരയും റെഡിയായി.

വിദേശത്തുനിന്ന് കൊണ്ടുവന്ന, ഉണ്ണിയേശുവിനെ പോലെ മനോഹരമായ ഒരു പാവ സംഘടിപ്പിച്ചിരുന്നു. നിശ്ചല ദൃശ്യത്തിനും നാടകത്തിനും ഒന്നാംസ്ഥാനം ലഭിച്ചാൽ ചാമ്പ്യൻഷിപ്പിന് പാനൂർ പഞ്ചായത്ത് അർഹമാകും. എല്ലാ പിന്തുണയും നൽകി പഞ്ചായത്ത് അധികൃതരും സഹപ്രവർത്തകരും സഹായവുമായി ഒപ്പം തന്നെ ഉണ്ട്. ഇനി അര മ

ണിക്കൂർ മാത്രമേയുള്ളൂ. ഒരുക്കത്തിനുള്ള സമയമായി. നിശ്ചലമാതൃകയുടെ സാധനങ്ങൾ സ്റ്റേജിന് പിറകിൽ കൊണ്ടുവെക്കാൻ തുടങ്ങി. അപ്പോഴാണ് ആരോ വിളിച്ചു പറഞ്ഞത് ഉണ്ണിയേശുവിനെ കാണാൻ ഇല്ല. മറ്റു ടീമുകളിൽ ആരോ പാവയെ മാറ്റിയതാണെന്ന് ആക്ഷേപവുമായി ചില ആവേശ കുമാരന്മാർ മറ്റ് പഞ്ചായത്തിന്റെ ഗ്രീൻ റൂമിൽ പോയി പരതി. പാവയെ മാത്രം കണ്ടില്ല. എല്ലാവരും നിരാശരായി.

പാനൂർ ടൗണിലെ കടകളിൽ പാവ വാങ്ങാനായി ചിലർ ഓടി. കിട്ടിയതാണെങ്കിൽ പൂച്ചക്കുഞ്ഞിന്റെ വലുപ്പം പോലുമില്ല. എല്ലാവരും നിരാശരായി. നാടകത്തിന് മേക്കപ്പ് ഇടുന്നവരുടെ മുഖവും മ്ലാനമായി. ആരോ ഒരാൾ തുണികൊണ്ടുള്ള ഒരു പാവയെ ഉണ്ടാക്കി. പിറവി അല്ല മരണം ചിത്രീകരിക്കാൻ ഇത് പറ്റും. നിരാശയിലും പൊട്ടിച്ചിരി.

നിശ്ചല ദൃശ്യം മത്സരം ആരംഭിക്കുകയായി. ഒന്നാമത്തെ കോഡ് നമ്പർ വിളിച്ചു . മത്സരാർത്ഥികൾ സ്റ്റേജ് ഒരുക്കുകയാണ്. മൂന്നാമത്തെ ടേബ്ളോ ഞങ്ങളുടേതാണ്. പെട്ടെന്നാണ് ഓഡിയൻസിൽ രണ്ടാമത്തെ വരിയിൽ ഇരുന്ന അമ്മയുടെ കൈകളിൽ ഉറങ്ങുന്ന കൈക്കുഞ്ഞിനെ കണ്ടത്. മനസ്സിൽഒരു ഫ്ളാഷ്. പരിചയമുള്ള ആരോ ചെന്ന് വിവരം പറഞ്ഞു. യുവ മിഥുനങ്ങൾ തയ്യാർ. ഉറങ്ങുന്ന കുഞ്ഞ് എഴുന്നേറ്റ് കരയുമോ എന്ന ഭയം മാത്രം. അവസാനത്തെ ബെൽ മുഴങ്ങി. കോഡ് നമ്പർ 107. രംഗസജ്ജീകരണം അതിവേഗം പൂർത്തിയായി. അച്ഛനുമമ്മയും സ്റ്റേജിൽ എത്തി. ലാസ്റ്റ് കോൾ കഴിഞ്ഞു. ഞങ്ങളും റെഡി. കുട്ടിയുടെ വസ്ത്രം മാറി. ഉറങ്ങിക്കൊണ്ടിരിക്കുന്ന കുഞ്ഞിനെ അമ്മ തന്നെ സാവധാനം പുൽക്കൂട്ടിൽ കിടത്തി. കർട്ടൻ ഉയർന്നു. പ്രത്യേക വർണ്ണ വിന്യാസത്തിൽ പുൽക്കൂട്ടിൽ പിറന്ന ഉണ്ണിയേശുവിന്റെ ചിത്രീകരണം കണ്ട സദസ്സ് ഒന്നടങ്കം കൈയടിച്ചു ആഹ്ലാദാരവം മുഴക്കി. കുഞ്ഞ് ഉണർന്നു കരയാൻ തുടങ്ങി. അപ്പോഴേക്കും കർട്ടൻ സാവധാനം താഴുകയായിരുന്നു.

അധികം കാത്ത് നില്ക്കേ ണ്ടി വന്നില്ല. ഫലം വന്നു. നിശ്ചല ദൃശ്യം ഒന്നാം സ്ഥാനം ഉണ്ണിയേശുവിന്റെ പിറവിക്ക് . കൂട്ടുകാരുടെ ആഹ്ലാദാരവം. ടാബ്ളോയ്ക്ക് ഒന്നാം സ്ഥാനം പാനൂർ പഞ്ചായത്തിന് എന്നറിഞ്ഞപ്പോൾ പഞ്ചായത്ത് അധികൃതർ അഭിനന്ദനവുമായി എത്തി.

നന്ദി പറയാനായി ഉണ്ണി യേശുവിന്റെ അടുത്തേക്ക് ഓടി. ഉണ്ണിയേശുവും മറിയവും ഔസേപ്പും അവിടെ ഇല്ല. ഗ്രൗണ്ടിൽ എവിടെയും അവർ ഉണ്ടായിരുന്നില്ല.

•

പ്രഛന്ന വേഷമത്സരം

1983. പാനൂർ ഉപജില്ല ബാലകലോത്സവം വിപുലമായ രീതിയിൽ നടത്താൻ തീരുമാനമായി. പാനൂരിന് മൂന്നുദിവസത്തെ ഉത്സവദിനങ്ങൾ സമ്മാനിക്കാനുള്ള പരിശ്രമത്തിനായി എല്ലാവരും ഒത്തു ചേർന്നു. പിണറായിലെ കെ. നാണുമാസ്റ്റർ ആയിരുന്നു ഉപജില്ലാ വിദ്യാഭ്യാസ ഓഫീസർ. വിദ്യാഭ്യാസ രംഗത്ത് നൂതന പരിപാടികൾ ആസൂത്രണം ചെയ്യാനും നടപ്പിലാക്കാനും കഴിവുള്ള വിദ്യാഭ്യാസ ഓഫീസർ.

ദേശീയ അധ്യാപക അവാർഡ് ജേതാക്കളായ പ്രശസ്ത എഴുത്തുകാരൻ കെ. തായാട്ട്, പി എസ് നായർ എന്നിവർ ഒപ്പമുണ്ട്. അധ്യാപകസംഘടനകളും ജനപ്രതിനിധികളും സാമൂഹ്യസാംസ്കാരികപ്രവർത്തകരും നേതൃനിരയിൽ സജീവമായി. ബാലകലോത്സവം അന്ന് പ്രൈമറി സ്കൂളുകൾക്ക് മാത്രമായിട്ടാണ് നടത്തിയിരുന്നത്. ഹൈസ്കൂൾ തലമേള വിദ്യാഭ്യാസ ജില്ല അടിസ്ഥാനത്തിൽ മാത്രം. മൂന്നു ദിവസം നീണ്ടുനിൽക്കുന്ന പരിപാടികൾ. വിഭവസമൃദ്ധമായ സദ്യ. എല്ലാ വിദ്യാലയങ്ങളും പങ്കെടുക്കുന്ന ഘോഷയാത്ര ആകർഷകമായ ഇനമായിരുന്നു. ഘോഷ യാത്രയിൽ പങ്കെടുത്ത വിദ്യാലയങ്ങൾ അവതരിപ്പിച്ച ചലന ദൃശ്യങ്ങൾക്കും പ്രച്ഛന്നവേഷമത്സരങ്ങൾക്കും പ്രത്യേക സമ്മാനങ്ങൾ നൽകണമെന്ന് തീരുമാനിച്ചു.

എൽ.പി, യു.പി. വിഭാഗങ്ങൾക്ക് വേറെ വേറെ മത്സരങ്ങൾ. വിദ്യാഭ്യാസമേഖലക്ക് പുതിയ പാഠങ്ങൾ പരിചയപ്പെടുത്തി കൊടുത്ത ഉത്സവമായി ആ വർഷത്തെ പാനൂർ ഉപജില്ലാകലോത്സവം മാറി. സംഘാടനത്തിലെ സംയോജനം ഏറെ പ്രശംസിക്കപ്പെട്ടു.

ഘോഷയാത്രയിൽ അവതരിപ്പിച്ച പ്രഛന്ന വേഷ മത്സരവുമായി ബന്ധപ്പെട്ടതാണ് ഓർമ്മയിലെ മാറാത്ത ഒരു സംഭവം. എന്റെ വിദ്യാലയത്തിലെ ജയചന്ദ്രനും ബിന്ദുവും അവതരിപ്പിച്ച വേഷം

കുറവന്റേയും കുറത്തിയുടെയും ആയിരുന്നു.

വള്ള്യായിലെ മാധവൻ മാസ്റ്ററുടെ മികവാർന്ന ചമയ സ്പർശം തനിമയാർന്ന കുറവനും കുറത്തിയും ആയി ജയചന്ദ്രനും ബിന്ദുവും മാറി. ഇന്ന് ജയചന്ദ്രൻ വ്യാപാരിയും ബിന്ദു അധ്യാപികയുമാണ്.

കുട്ടിക്കാലത്തുതന്നെ വീട്ടിൽ വളർത്തിവരുന്ന ഒരു കുരങ്ങൻ ജയചന്ദ്രന്റെ കൂട്ടിനുണ്ടായിരുന്നു. കുറവന്റെചുമലിൽ കയറി ഇരുന്നാണ് പ്രച്ഛന്നവേഷത്തിൽ കുരങ്ങന്റെ യാത്ര. (ജീവികളെ പ്രച്ഛന്നവേഷത്തിലും കലാമത്സരങ്ങളിലും ഉപയോഗിക്കുന്നത് നിരോധിച്ചതായി അന്ന് അറിയില്ല) ഘോഷയാത്രയിലെ ശബ്ദ കോലാഹലങ്ങളും ഒപ്പം സഞ്ചരിച്ച കുട്ടികൾ കാണിച്ചവികൃതികളും കാരണം കുരങ്ങന്റെ നിയന്ത്രണം വിട്ടു. ജയചന്ദ്രൻ വല്ലാതെ പാടുപെട്ടു. അരയിൽ കെട്ടിയ ചരട് കുരങ്ങൻ ഓടിപ്പോകാതിരിക്കാൻ സഹായകമായി.

ഘോഷയാത്ര ടൗണിലൂടെ സഞ്ചരിച്ച് ഹൈസ്കൂളിന് മുന്നിൽ അവസാനിച്ചു. കുരങ്ങനെ കണ്ട് കുട്ടികൾആരവം മുഴക്കി. കുരങ്ങൻ ഭയന്നുവിറച്ചു. എവിടെനിന്നോഅതിന്റെശരീരത്തിൽ ഒരു കല്ല് വന്നുകൊണ്ടപ്പോൾ കുരങ്ങൻ അക്രമകാരിയായി മാറി. തത്സമയം എത്തിയ പോലീസ് ക്രമസമാധാനനില തെറ്റുമെന്നായപ്പോൾ കുറവനേയും കുറത്തിയെയും 'അറസ്റ്റ്' ചെയ്തു. സ്ക്കൂൾ വാഹനത്തിൽ മാറ്റി.

വാൽക്കഷണം: മത്സരത്തിൽ ഒന്നാം സ്ഥാനം ലഭിച്ചു. ഇനി ഒരിക്കലും ജീവനുള്ള മാതൃകകൾ മത്സരങ്ങൾക്കായി അവതരിപ്പിക്കരുത് എന്ന വലിയ പാഠം അതോടെ പഠിച്ചു.

•

മധുരം ഈ വായന

"കണ്ണൂർ ജില്ലയിലെ പാലത്തായി യു.പി. സ്കൂൾ വിദ്യാർത്ഥികളുടെ വായനാക്കുറിപ്പുകൾ ഉൾപ്പെടുത്തി മധുരം ഈ വായന എന്നപേരിൽ ഒരു പുസ്തകം പ്രസിദ്ധീകരിക്കുന്നു എന്നറിയുന്നതിൽ സന്തോഷിക്കുന്നു. വിദ്യാർത്ഥികളുടെ സർഗ്ഗാത്മക കഴിവുകളെ പ്രോത്സാഹിപ്പിക്കുന്നതിന് ഇത്തരം സംരംഭങ്ങൾ സഹായിക്കും ഈ സംരംഭവുമായി ബന്ധപ്പെട്ട്പ്രവർത്തിച്ച എല്ലാ വിദ്യാർത്ഥികൾക്കും അധ്യാപകർക്കും രക്ഷാകർത്താക്കൾക്കും ആശംസകൾ നേരുന്നു."

എം. എ. ബേബി. കേരള വിദ്യാഭ്യാസ വകുപ്പ് മന്ത്രി.

2008 ജനവരിയിൽ ബഹു. കേരള വിദ്യാഭ്യാസ വകുപ്പ് മന്ത്രി ശ്രീ. എം. എ. ബേബി പാലത്തായി യു. പി. സ്ക്കൂളിലെ കൂട്ടുകാർക്ക് അയച്ച സന്ദേശമായിരുന്നു ഇത്. മധുരം ഈ വായനയുടെ പ്രവർത്തകർക്ക് ആഹ്ലാദവും ആത്മവിശ്വാസവും പകർന്ന് നല്കിയ സന്ദേശം നിരൂപണ ഗ്രന്ഥത്തിന്റെ പ്രഥമ പേജിൽ തന്നെ ഉൾപ്പെടുത്താൻ തീരുമാനിച്ചു.

മധുരം ഈ വായന 2007-08 അധ്യയന വർഷത്തിൽ പാലത്തായി യു.പി.സ്ക്കൂളിൽ നടപ്പിലാക്കിയ ഒരു പദ്ധതിയായിരുന്നു. കണ്ണൂർ ഡയറ്റ് 2006 ഫിബ്രവരി 28 ന് തലശ്ശേരി പാലയാട് ഡയറ്റിൽ വെച്ച് പ്രൈമറി വിദ്യാലയത്തിലെ ബോധനരീതിയിലെ നൂതനാശയങ്ങൾ എന്ന വിഷയത്തിൽ ഒരു മത്സരം നടത്തിയിരുന്നു. പ്രധാനാധ്യാപകൻ (ഈ ലേഖകൻ) അവതരിപ്പിച്ച പ്രോജക്ടിന് ഒന്നാം സ്ഥാനം ലഭിച്ചു. ആ പ്രോജക്ട് ആണ് മധുരം ഈ വായന പദ്ധതിക്ക് രൂപം നല്കുന്നതിനുള്ള പ്രേരണ.

2007 ജൂൺ 19. വായനാദിനാചരണത്തോടനുബന്ധിച്ചാണ് ഈ പദ്ധതി പ്രഖ്യാപിച്ചത്. മലയാളിയുടെ വായനയെ പ്രചോദിപ്പിച്ച

അക്ഷരത്തിന്റെയും വായനയുടെയും ലോകത്തേക്ക് കൂട്ടിക്കൊണ്ടുപോയ കേരള ഗ്രന്ഥശാല പ്രസ്ഥാനത്തിന്റെ ആദ്യകാല അമരക്കാരനായിരുന്ന പി.എൻ.പണിക്കരുടെ ചരമദിനമാണ് വായനാ ദിനമായി ആചരിക്കുന്നത്. വിദ്യാരംഗം കലാസാഹിത്യവേദിയുടെ നേതൃത്വത്തിൽ രൂപം നല്കിയ പദ്ധതി കുട്ടികളുടെ വായനാ ശീലങ്ങളെ പരിപോഷിപ്പിക്കുന്ന വിവിധ പ്രവർത്തനങ്ങൾ ആസൂത്രണം ചെയ്തിരുന്നു. വായന കേവലം വിനോദത്തിനുള്ള ഉപാധി എന്നതിലുപരി പുസ്തകത്തെ സമഗ്രമായി നിരീക്ഷിക്കാനുള്ള കഴിവ് വായനക്കാരിൽ വളർത്തിയെടുക്കുക എന്ന ലക്ഷ്യത്തോട് കൂടിയാണ് പദ്ധതിക്ക് രൂപം നല്കിയത്.

ഭാഷാപരമായ കഴിവുകൾ കുട്ടികളിൽ വളർത്തിയെടുക്കുന്നതിന് അവരുടെ ബഹു മുഖ ബുദ്ധി സവിശേഷതകൾ പ്രചോദിപ്പിക്കണം. ആശയ വിനിമയ സാധ്യത വളർത്തണം. രചനകൾ, സെമിനാർ, സംവാദങ്ങൾ, ചർച്ചകൾ, പ്രഭാഷണം, മാധ്യമപ്രവർത്തനം, അഭിമുഖം, വായന എന്നിവ കുട്ടികളെ പരിചയപ്പെടുത്തണം.

ആദ്യത്തെ കർമ്മപരിപാടി സെമിനാർ ആയിരുന്നു. യു.പി.വിഭാഗം കുട്ടികൾക്കാണ് പ്രവേശനം നല്കിയത്. മധുരം ഈ വായന പദ്ധതി പരിചയപ്പെടുത്തി. ഇഷ്ടമുള്ള പുസ്തകങ്ങൾ ഗ്രന്ഥശാലയിൽ നിന്ന് തെരഞ്ഞെടുക്കാൻ അവസരം നല്കി. സമഗ്രമായ വായന എങ്ങനെയാകണം എന്ന് പരിചയപ്പെടുത്തുന്ന ക്ലാസുകൾ നടത്തി.

രണ്ടാമത്തെ സെമിനാറിൽ രക്ഷിതാക്കളെയും പങ്കെടുപ്പിച്ചു. നിരൂപണം എഴുതേണ്ടുന്ന രീതി പരിചയപ്പെടുത്തി. ഒരു പുസ്തകം അവതരിപ്പിച്ചു കൊണ്ട് നിരൂപണം എഴുതുന്നതിനുള്ള ആശയങ്ങൾ കുട്ടികളെ പരിചയപ്പെടുത്തി. അവർ കൂട്ടായി നിരൂപണ ആശയങ്ങൾ ക്രോഡീകരിച്ചു.

മൂന്നാമത്തെ സെമിനാറിൽ കഥ, നോവൽ, കവിത, ചരിത്രം, ശാസ്ത്രം എന്നിങ്ങനെ പുസ്തകങ്ങൾ വായിച്ചതിന്റെ അടിസ്ഥാനത്തിൽ ഗ്രൂപ്പുകളാക്കി ചർച്ച നടത്തി. ഒക്ടോബർ മാസം പ്രാദേശിക എഴുത്തുകാർ, ഗ്രന്ഥശാല പ്രവർത്തകർ, പൂർവ്വാധ്യാപകർ എന്നിവരുമായി അഭിമുഖം നടത്തി.

നവംബർ 14. ശിശുദിനത്തിൽ കുട്ടികൾ എഴുതിയ നിരൂപണ കുറിപ്പുകൾ അവതരിപ്പിച്ചു. വിശദമായ ചർച്ചകൾ നടന്നു. മികച്ച

മുപ്പതെണ്ണം തെരഞ്ഞെടുത്തു. വിശ്വസാഹിത്യത്തിലെ ചാൾസ് ഡിക്കൻസ്, ജോർജ് എലിയറ്റ്. മലയാളത്തിലെ പ്രശസ്തരും എഴുതിത്തുടങ്ങിയവരുമായ എഴുത്തുകാരുടെ കൃതികളെക്കുറിച്ചുള്ള മുപ്പത് നിരൂപണക്കുറിപ്പുകൾ ചേർത്ത് മധുരം ഈ വായന എന്ന ഗ്രന്ഥം പ്രസിദ്ധീകരിക്കാൻ തീരുമാനിച്ചു.

പ്രധാനാധ്യാപകൻ (രക്ഷാധികാരി) പി.ബിജോയ് (കോ-ഓർഡിനേറ്റർ) കെ. കെ. ദിനേശൻ (എഡിറ്റർ) സ്വാതി. കെ. (കുട്ടികളുടെ എഡിറ്റർ) അജന്യ അശോക്, മാളവിക അജിത്ത്, അനുരഞ്ജ് രവി, അമീറ വി.കെ, ഷഹാന കെ, സായന്ത് കെ, ഹസീന. പി കെ, റംസിയ റഷീദ്, കെ.കെ. ലീന ടീച്ചർ (എഡിറ്റോറിയൽ ഡസ്ക്) എന്നിവരായിരുന്നു മധുരം വായന പുസ്തകത്തിന്റെ പ്രസാധനത്തിന് നേതൃത്വം നല്കിയത്. നീലിമ. ആർ. മുഖചിത്രം വരഞ്ഞു. പ്രകാശന കർമ്മം സ്ക്കൂൾ വാർഷികാഘോഷവേളയിൽ നിർവ്വഹിക്കാൻ തീരുമാനിച്ചു.

മധുരം ഈ വായന പദ്ധതിയെക്കുറിച്ച് എഡിറ്റോറിയൽ ഡസ്കിലെ അംഗങ്ങൾ പാനൂർ പ്രസ് ഫോറത്തിൽ പത്രസമ്മേളനം നടത്തി വിശദീകരിച്ചു. കുട്ടികൾ മാത്രം നടത്തിയ പത്രസമ്മേളനം പാനൂർ പ്രസ് ഫോറത്തിന്റെ ചരിത്രത്തിൽ ആദ്യ സംഭവമായിരുന്നു.

'ആസ്വാദനക്കുറിപ്പുകൾ സമഗ്രമാണ് എന്ന അവകാശവാദമില്ല. കുഞ്ഞു മനസ്സുകളെ വായനയുടെ ലോകത്ത് എത്തിക്കാൻ, പുനർവായന നടത്താൻ, ആസ്വാദനക്കുറിപ്പുകൾ തയ്യാറാക്കാൻ അവർക്ക് ഈ ഗ്രന്ഥം പ്രേരണയാകും എന്ന വിശ്വാസം ഞങ്ങൾക്കുണ്ട്. കെ. കെ. ദിനേശൻ എഡിറ്റോറിയൽ കുറിപ്പിൽ എഴുതി.

കുട്ടികളുടെ വായനാ താല്പര്യത്തെ വളർത്തിയെടുക്കുന്നതോടൊപ്പം ഒരു പുസ്തകം എങ്ങനെയാണ് സാംസ്കാരികോല്പന്നമായി ജൈവമായിത്തീരുന്നത് എന്ന് ഈ പദ്ധതിയിലൂടെ കുട്ടികളെ പരിചയപ്പെടുത്താൻ കഴിഞ്ഞു. മധുരം ഈ വായന ഗ്രന്ഥത്തിലെ കുറിപ്പുകൾ കുട്ടികളുടെ സർഗാത്മകശേഷിയെ വളർത്തിയെടുക്കുന്ന മാതൃകാ പ്രവർത്തനമായി മാറി.

•

പാഠം രണ്ട്

കാഴ്ച

A child's life is like a piece of paper
on which every passerby leaves a mark
- chienese proverb

ചാരം മൂടിയ സ്വപ്നങ്ങൾ

ഒരു ശിശുദിനംകൂടി കടന്നുവരികയാണ്. ദേശീയ പതാകകൾ കയ്യിലേന്തി, യൂണിഫോമണിഞ്ഞ ശിശുക്കൾ അണിനിരന്ന റാലി നടത്തി ഉദ്ബോധനപ്രസംഗം കേട്ട് ഒരാചാരം കൂടി കൊഴിഞ്ഞുവീഴും.

ശിശുദിനം. കുട്ടികളുടെ ദിനം. കുട്ടികളെ നന്മയിലേക്ക് നയിക്കേണ്ട ദിനം.

ശൈശവത്തിന്റെയും ബാല്യത്തിന്റെയും സമ്പന്നമായ അനുഭവങ്ങളിൽനിന്ന് രൂപപ്പെടേണ്ട മനുഷ്യ വ്യക്തിത്വം. സാമൂഹ്യബന്ധങ്ങളിലെ സ്വച്ഛമായ കൂട്ടായ്മകളിൽ നിന്ന് വളർന്നുവരുന്ന സൗഹൃദം. കാടും മേടും താണ്ടി വയലും പുഴയും കടന്ന് വള്ളിനിക്കറിന്റെ കീശകളിൽ ഗോട്ടികളും തീപ്പെട്ടിച്ചിത്രങ്ങളും നിറച്ച് പഴകിയ ടയറിന്റെ ചലനത്തെ വടി കൊണ്ട് നിയന്ത്രിച്ച് ഓടിക്കളിക്കേണ്ടുന്ന ബാല്യം... അവ ഇന്ന് അന്യമാവുകയാണ്.

പിറന്നുവീണതുമുതൽ നല്ലൊരു വിഭാഗം ശിശുക്കൾ അമിതമായ ആഡംബരങ്ങളുടെ മടിത്തട്ടിലാണ് വളരുന്നത്. താഴെവെച്ചാൽ ഉറുമ്പരിക്കുമെന്ന് ഭയന്ന്, ഉമ്മ കൊടുത്താൽ രോഗാണു പടരുമെന്ന് കരുതി, അമ്മിഞ്ഞ നൽകിയാൽ തന്റെ സൗന്ദര്യം തകർന്നുപോകുമെന്ന് വിലപിക്കുന്ന അമ്മമാർ വാങ്ങിവെച്ച ആട്ടുതൊട്ടിലിന്റെ സുഖസമൃദ്ധിയിൽ ശിശു വളരുകയാണ്.

പരസ്യങ്ങളിലെ പാനീയങ്ങളുടെ സ്വാദ് നുണഞ്ഞ് പ്രതിരോധകുത്തിവെപ്പുകളിലൂടെ ശരീരത്തിന് ലഭിച്ചുകൊണ്ടിരിക്കുന്ന ഔഷധവീര്യം ഉള്ളിലൊതുക്കി നിസ്സഹായനായി അവൻ വളരുകയാണ്.

ശൈശവം പൂർണമായും തടവറയിലാണ്. മുത്തശ്ശിമാരും മുത്തച്ഛന്മാരും കാഴ്ചക്കാരായി മാറി നിൽക്കേണ്ടി വരുന്നു. കഥയും കവിതയും കേൾക്കുന്നത് പഴമയിലേക്കുള്ള തിരിച്ചുപോക്കാണെന്ന് കരുതി, പിറന്ന് വീണവൻ ഉന്നതരിൽ പ്രഥമനാകണമെന്ന ഉറച്ച വിശ്വാസത്തിൽ 'കിഡ്ഡീസ് ഹോമു'കളിലും ഹോംനഴ്സിന്റെ കൈകളിലും തളച്ചിടപ്പെടുന്ന ശൈശവം...

മൂന്നുവയസ്സ് പൂർത്തിയാകുംമുമ്പേ, മാതൃഭാഷ പറയുന്നത് പാപമാണെന്ന് കരുതി ആംഗലേയ വിദ്യാലയങ്ങളുടെ ചവിട്ടുപടികൾ കയറാൻ ഇന്റർവ്യൂവിജയത്തിന്റെ ബലത്തിൽ, ധനത്തിന്റെ പ്രൗഢിയിൽ സീറ്റ് തരപ്പെടുത്തിയപ്പോൾ അവന്റെ കഴുത്തിൽ 'കണ്ഠകൗപീനം' കെട്ടാൻ അർഹതനേടുന്നു. അങ്ങനെ ആദ്യത്തെ കുരുക്ക് കുട്ടിയുടെ കഴുത്തിൽ വീഴുകയായി. ധനികപക്ഷത്തിന്റെ ആഗ്രഹസഫലീകരണത്തോടൊപ്പം സമാന്തര വിദ്യാഭ്യാസധാരയുടെ വളർച്ചയും ഇവിടെ സജീവമാകുകയാണ്.

നിറംപകർന്ന യൂണിഫോമിൽ മിന്നുന്ന ഷൂസിന്റെ തിളക്കത്തിൽ സ്ഥാപന ചിഹ്നം കുത്തിവെച്ച നെഞ്ച് നിവർത്തി നടക്കുന്നവർ... അവർ സമൂഹത്തിലെ ഉന്നതകുലജാതരുടെ ശിശുക്കൾ... സമൂഹത്തിലെ അന്യവൽക്കരിക്കപ്പെട്ട ജനുസ്സിലേക്ക് വഴിമാറിത്തുടങ്ങുന്നവർ... ഔന്നത്യം കയ്യെത്തിപ്പിടിക്കാൻ പിൻബലം നൽകാൻ ഞങ്ങളുണ്ടെന്ന് നിരന്തരം ഓർമിപ്പിക്കുന്ന രക്ഷിതാക്കളുടെ ശിശുക്കൾ...

സമൂഹത്തിൽ വളർന്നുവരേണ്ടുന്ന സമത്വം, സ്വാതന്ത്ര്യം, ജനാധിപത്യം എന്നീ ആശയങ്ങൾ വളർത്തിയെടുക്കാൻ ഈ ശിശുക്കൾക്ക് കഴിയുമോ?

ശൈശവത്തിന്റെ മറ്റൊരു ജനകീയമുഖം. കേരളത്തിലെ ജനകീയ സമരങ്ങളിലൂടെ നേടിയെടുത്ത സാർവത്രിക വിദ്യാഭ്യാസത്തിന്റെ പാരമ്പര്യം നിലനിർത്തുന്ന വിദ്യാലയങ്ങളിലെ സാധാരണ ശിശുക്കൾ...

മാതൃഭാഷയിലൂടെ പഠിക്കാനും ഗ്രാമീണകൂട്ടായ്മയിൽ ജാതിമത വർഗചിന്തകൾക്കുപരിയായി ജനാധിപത്യവൽക്കരണത്തിന്റെ കൂട്ടായ്മയിൽ കൗമാരസ്വപ്നങ്ങളെ പ്രണയിക്കുന്നവർ... മാറിമാറിവരുന്ന പഠന രീതികൾ പ്രയോഗിക്കപ്പെടുന്ന മുയൽക്കൂട്ടങ്ങൾ...

പുതിയ പാഠ്യപദ്ധതിയിലൂടെ ശിശുകേന്ദ്രീകൃത പഠനരീതികൾ നടപ്പായപ്പോൾ ധനികന്യൂനപക്ഷങ്ങളും കമ്പോളവൽക്കരണത്തിന്റെ പ്രചാരകന്മാരും പഠനരീതിക്കെതിരെയുയർത്തിയ പ്രതിരോധങ്ങൾ... ദേശീയ വിദ്യാഭ്യാസരീതിയിലെ പുതിയ മാറ്റങ്ങളെ കാണാൻ കഴിയാതെ പോയ കപടവിദ്യാഭ്യാസചിന്തകന്മാർ നമ്മുടെ ശിശുക്കൾക്ക് നൽകുന്നത് പുതിയ സംസ്കൃതിയോ അതോ പഴയ വരേണ്യവർഗത്തിന്റെ ഉയർത്തെഴുന്നേൽപോ എന്ന് തിരിച്ചറിയാൻ നമ്മുടെ കുട്ടികൾക്ക് കഴിയാതെ പോകുന്നു... പാവം... കുട്ടികൾ...

ഇവർ ശൈശവത്തിലേ വാർധക്യം ബാധിച്ചവർ... ബാലവേല നിരോധിച്ച നിയമം നിലനിൽക്കുന്ന രാഷ്ട്രത്തിൽ, പടക്കനിർമാണശാലകളിലെ പണിക്കാർതൊട്ട് അടുക്കളക്കാരികൾവരെയാകേണ്ടിവരുന്ന ശൈശവ

ത്തിന്റെ ദൈന്യത... ചൂഷണങ്ങൾക്ക് വിധേയമാകുന്ന ബാല്യമനസ്സുകൾ... കിടക്കാൻ കൂരപോലുമില്ലാതെ കടത്തിണ്ണകൾ വീടുകളാക്കിയ ശൈശവത്തിന്റെ ദുഃഖം ഇരുപത്തൊന്നാം നൂറ്റാണ്ടിലും ഒഴിയാത്ത ശാപമായി തുടരുകയാണ്. കുറ്റക്കാർ ഒന്നുമറിയാത്ത ശിശുക്കളാണോ? ഭരണയന്ത്രം കറക്കുന്നവർക്ക് ശൈശവത്തിന്റെ ഈ ദീനമുഖം കാണാൻ കഴിയുന്നില്ലേ?

ചാനലുകൾ പെയ്തുതീർക്കുന്ന പെരുമഴയിൽ ബാലഭാവനകളും സ്വപ്നങ്ങളും കുതിർന്നുപോകുകയാണ്. കമ്പ്യൂട്ടർ മുതൽ സിമ്പ്യൂട്ടർവരെ ഉപയോഗിക്കുമ്പോൾ ശിശുമനസ്സുകൾ സമൂഹത്തിൽനിന്ന് ഒളിച്ചോടുകയാണ്.

രക്ഷിതാക്കളുടെ വലിയ മോഹങ്ങൾ നടപ്പാക്കാൻ വേപഥുപൂണ്ട മനസ്സുമായി പഠനപരാക്രമത്തിൽ പെട്ട് കുട്ടികൾ നട്ടംതിരിയുകയാണ്. അവരുടെ ലക്ഷ്യം പഠനപ്രവർത്തനങ്ങളിലെ പ്രഥമസ്ഥാനം മാത്രമായി മാറുന്നു. കലോൽസവവേദിക്കരികിൽ ഏറ്റവും കൂടുതൽ വിറ്റഴിക്കുന്ന വിപണനവസ്തു ഉൽക്കണ്ഠയകറ്റാനുള്ള ഔഷധമായി മാറുന്നു. റാങ്കും അവാർഡുകളും കരസ്ഥമാക്കുന്ന കുട്ടികളുടെ ചിത്രങ്ങൾ. വിജയത്തിന്റെ കഥ പറയുന്ന മാതാപിതാക്കൾ അവരൊക്കെ ശിശുക്കളെ നേരിന്റെ വഴിയിലേക്ക് നയിക്കുന്നവരാണോ?

നിഷ്കളങ്കരും നിർമലമനസ്കരുമായ കുട്ടികൾക്ക് രസിച്ചും കളിച്ചും പഠിക്കാൻ അവസരം നൽകണം. അവർ ജീവിതത്തിന്റെ എല്ലാ വഴികളും കണ്ടെത്തട്ടെ... അവയിൽനിന്ന് നന്മയെ സ്വയം തിരിച്ചറിയട്ടെ.

പഠനത്തോടൊപ്പം രസകരമായി ജീവിതത്തെ ആസ്വദിക്കാനും ചരിത്രത്തെ തിരിച്ചറിയാനും സഹജീവികളോട് സ്നേഹവും പാരസ്പര്യവും വളർത്താനും നമ്മുടെ കുട്ടികൾക്ക് കഴിയണം.

നമുക്ക് ഈ ശിശുദിനാഘോഷവേളയിൽ കുട്ടികളുടെ ചുമലിലെ ഭാരം അൽപമൊന്നിറക്കിക്കൊടുക്കാം. സ്നേഹസമ്പന്നമായ പടവുകളിൽ കൈകോർത്ത് പിടിച്ചുകയറാൻ അവർക്ക് അവസരം നൽകാം...

(ദേശാഭിമാനിവാരാന്തപ്പതിപ്പ് 2002)

•

ഭൂമിയുടെ നിലവിളി

ഭൂമി അനുദിനം മരിച്ചുകൊണ്ടിരിക്കുന്നു. മനുഷ്യവാസം കൊണ്ടും ഹരിതസാന്നിധ്യം കൊണ്ടും ഏറെ വ്യത്യസ്തമാണ് നാം അധിവസിക്കുന്ന ഭൂമി. മനുഷ്യന്റെ വീണ്ടുവിചാരമില്ലാത്ത പ്രവൃത്തികൾ സുന്ദരമായ ഭൂമിയെ വിരൂപയാക്കുന്നു. ജൈവഘടനയെ തകർക്കുന്നു. പാരിസ്ഥിതിക ദുരന്തങ്ങൾ സൃഷ്ടിക്കുന്നു.

മലകളും കുന്നുകളും പുഴകളും കൊണ്ട് സമ്പന്നമാണ് നമ്മുടെ കേരളം. ശ്യാമസുന്ദരമായ വൃക്ഷലതാദികൾ, വിസ്തൃതമായ വനപ്രദേശങ്ങൾ, നാൽപത്തിനാല് നദികളാൽ സമ്പന്നമായ ജലസമൃദ്ധി, തിമിർത്തുപെയ്യുന്ന മഴ, ഔഷധവീര്യമുള്ള ഹരിത സസ്യങ്ങൾ; അവയെ സംരക്ഷിക്കാൻ ദുരാഗ്രഹിയായ മലയാളിക്ക് കഴിയുന്നില്ല. മലയാളിയുടെ സ്മൃതികളിൽ താലോലിച്ച് നിലനിർത്തുന്ന ഗൃഹാതുര ചിന്തകൾ മാത്രമായി പ്രകൃതിസൗന്ദര്യം മാറിപ്പോയിരിക്കുന്നു.

"ദശപുത്ര സമോവൃക്ഷഃ" പത്ത് പുത്രന്മാർക്ക് തുല്യമാണ് ഒരു വൃക്ഷം - എന്നാണ് വൃക്ഷായുർവേദം എന്ന ശാസ്ത്രഗ്രന്ഥത്തിന്റെ കർത്താവായ ശാർങ്ഗധരൻ എന്ന ഭാരതീയാചാര്യൻ നൂറ്റാണ്ടുകൾക്ക് മുമ്പേ നൽകിയ സന്ദേശം.

"ഭൂമിയിൽ നാം പർവ്വതങ്ങളെ ആണികളാക്കിക്കൊണ്ട് ഉറപ്പിച്ച് നിർത്തി. ഭൂമി അവരേയും കൊണ്ട് ഉലഞ്ഞുപോകാതിരിക്കാൻ നാമതിൽ സൗകര്യപ്രദവും വിശാലവുമായ വഴികളുമുണ്ടാക്കി. അവർക്ക് നേർവഴി അറിയാൻ. മാനത്തെ നാം സുരക്ഷിതമായ മേൽപ്പുരയാക്കി. എന്നിട്ടും അവരതിലെ ദൃഷ്ടാന്തങ്ങളെ അവഗണിക്കുകയാണ്.

(വിശുദ്ധ ഖുർആൻ -21:31-32)

വിശുദ്ധ വചനങ്ങളുടെ ആന്തരികസത്ത നമുക്ക് ഇനിയും മനസ്സിലായിട്ടില്ല എന്ന് അനുഭവങ്ങൾ തെളിയിക്കുന്നു. നമ്മുടെ കുന്നുകളും മലകളും ജൈവസാന്നിധ്യങ്ങളുടെ കേവലം ഇരിപ്പിടങ്ങളല്ല. മണ്ണിനെ ആവരണം ചെയ്തിരിക്കുന്ന സസ്യങ്ങളും ജന്തുജാലങ്ങളും ജൈവ

സമ്പന്നതയുടെ അനുഗൃഹീത സാന്നിധ്യമാണ്. ഒരു തവണ നശിച്ചു പോയാൽ പുനരുൽപാദിപ്പിക്കാൻ കഴിയാത്ത മണ്ണിന്റെ വൈവിധ്യങ്ങൾ ഇവിടെ നിലനിൽക്കുന്നു. കുന്നുകൾ പ്രകൃത്യാ ഉള്ള ജലസംഭരണി കളാണ്.

പ്രകൃതിയുടെ വരദാനമായ കുന്നുകളും മലകളും ഇടിച്ചു നിരത്താൻ മനുഷ്യന്റെ ധനലാഭത്തിന്റെയും ആസുരതയുടെയും മനസ്സ് കൊതിക്കുകയാണ്. ധനം കൊയ്യാൻ കുന്നുകളും മലകളും തകർത്തെ റിയാൻ ആരാണ് മനുഷ്യന് അവകാശം നൽകിയത്?

ജെ.സി.ബി എന്ന വാഹനത്തിന് ദുരയുടെയും ക്രൗരത്തിന്റെയും മുഖം നൽകിയത് ആരാണ്? അവയ്ക്ക് ദിനോസറുകൾ എന്ന പരിഹാസ പ്പേര് നൽകിയത് ആ ജീവി വർഗ്ഗത്തെപ്പോലും അപമാനിക്കുന്നതിന് തുല്യമാണ്.

മനുഷ്യന്റെ കൊടും ക്രൂരത അവിടെയും അവസാനിക്കുന്നില്ല. ജീവച്ഛവമായി തീർന്നിരിക്കുന്ന കുന്നുകളുടെ പുറംമോടികൾ തകർത്തെറിയുകയും മൃതസമാനമായ മണ്ണ് നെൽപ്പാടങ്ങളെ കുഴിച്ച് മൂടുകയും ചെയ്യുന്നു. ജൈവസാന്നിധ്യത്തിന്റെ കലവറയായ നെൽപ്പാട ങ്ങൾ മണ്ണിട്ട് നികത്തുമ്പോൾ കുറ്റവാളിയായ മനുഷ്യൻ ഇരട്ടി ദുരന്തങ്ങളുടെ ആഘാതമാണ് ഭൂമിക്ക് മേൽ അടിച്ചേൽപ്പിക്കുന്നത്.

ഭക്ഷ്യപ്രതിസന്ധി അതിരൂക്ഷമാകാൻ പോവുന്നു എന്ന് വസ്തുതാ റിപ്പോർട്ടുകൾ നമ്മെ ഓർമ്മിപ്പിക്കുന്നു. വാർഷിക റിപ്പോർട്ടിൽ ഇന്ത്യ യുടെ ഗ്രാമീണ മേഖലയിൽ വർദ്ധിച്ചു വരുന്ന ദാരിദ്ര്യം ഇല്ലാതാക്കാൻ ഊന്നൽ നൽകണമെന്ന് നിർദ്ദേശിച്ചിട്ടുണ്ട്.

ക്ഷാമത്തിന് പിന്നിൽ പല കാരണങ്ങളുമുണ്ട്. ജന സംഖ്യാ വർദ്ധനവ് വിഭവവിതരണത്തിലെ അസുന്തുലിതാവസ്ഥ എന്നിവ യുള്ളപ്പോൾ തന്നെ വികസന സമീപനത്തിലെ ദിശാബോധമില്ലായ്മ പ്രധാനപ്പെട്ട കാരണമാണ്.

ഭൂമിയിലെ ഓരോ മണ്ണിലും പരമ്പരാഗതമായി വളർന്നുവരുന്ന കൃഷി രീതിയെ നാം വിസ്മരിക്കുന്നു.

അമിതമായ രാസവള പ്രയോഗവും കീടനാശിനിയുടെ ഉപയോഗവും മണ്ണിന്റെ പോഷകഘടനയെ തകരാറിലാക്കി. പ്ലാസ്റ്റിക്ക് പോലുള്ള ജീർണ്ണിക്കാത്ത മനുഷ്യോപയോഗ വസ്തുക്കൾ മണ്ണിന്റെ ജൈവ ഘടനയെ നശിപ്പിക്കുകയാണ്.

നെൽവയലുകളുടെ വിസ്തൃതമായ ഹരിത സാന്നിധ്യം സ്മൃതി കളിൽ മാത്രമായി ഒതുങ്ങിയതിന് ആരാണ് കാരണക്കാരൻ? പ്രകൃതി

ചൂഷണത്തിന്റെയും ആസൂത്രണമില്ലായ്മയുടെയും വിനാശകരമായ ദുരന്തം അനുഭവിക്കേണ്ടി വരുന്നത് വരും തലമുറയാണ് എന്ന കാര്യം നാം വിസ്മരിക്കുകയാണ്.

കേരളത്തിലെ ജനങ്ങൾ പൊയ്മുഖങ്ങൾ വലിച്ചെറിയേണ്ടിയിരിക്കുന്നു. നന്മയുടെയും മികവിന്റെയും കുത്തകാവകാശങ്ങൾ വിളിച്ചു പറയുന്ന നേതൃസാരഥികൾ സത്യാവസ്ഥ തിരിച്ചറിയണം. ലോകത്തിലെ മികച്ച പൊതുജനാരോഗ്യം നിലനിൽക്കുന്ന പ്രദേശം എന്നാണ് കേരളത്തെനാം വിശേഷിപ്പിക്കാറുള്ളത്. രോഗാതുരതയുടെയും മാലിന്യങ്ങളുടെയും കൊതുകുവളർത്തലിന്റെയും ഇടങ്ങളായി നമ്മുടെ പ്രദേശങ്ങൾ മാറിപ്പോയിരിക്കുന്നു. നഗരമാലിന്യങ്ങൾ നിറഞ്ഞ തെരുവുകളും അഴുക്കുവെള്ളം കെട്ടി ദുർഗന്ധം വമിക്കുന്ന ഓവുചാലുകളും നഗരങ്ങളുടെ മുഖമുദ്രയായി മാറി. സ്വന്തം വീട്ടിലെ മാലിന്യങ്ങൾ അയൽപക്കത്തെ വീട്ടുപറമ്പിൽ ആരും കാണാതെ സുരക്ഷിതമായി എത്തിക്കുന്ന കപട ശുചിത്വബോധമാണ് നമ്മുടെ മനസ്സിനെ ഭരിക്കുന്നത്.

സമ്പന്നമായ വനപ്രദേശങ്ങൾ അനുദിനം നഷ്ടപ്പെടുന്നു. ആദിവാസികൾക്ക് ഭൂമി നൽകുക എന്നതിലുപരി വനങ്ങൾക്ക് പോറലേൽക്കാതെ ജൈവികമായ കൃഷിരീതികൾ നിലനിർത്താൻ ആദിവാസികളെ ഉപയോഗപ്പെടുത്തണം. വനപ്രദേശങ്ങൾ പുരയിടങ്ങളായി മാറരുത്. അത്യപൂർവ്വമായ ജൈവവൈവിധ്യം നിലനിർത്തപ്പെടേണ്ടത് കാടുകളിൽ തന്നെയാണ്.

നാം ജീവിക്കുന്ന ഭൂമിയിലെ ഓരോ ഇടത്തിന്റെയും താൽക്കാലിക അധിപർ മാത്രമാണ് നാം. അത് സുരക്ഷിതമായി വരും തലമുറയെ തിരിച്ചേൽപ്പിക്കുകയാണ് ധാർമികചര്യ. കോടിക്കണക്കിന് വർഷങ്ങളുടെ പൈതൃകവും സംസ്കൃതിയും ഭൂമിയിലെ ഓരോ പ്രദേശവും നിലനിർത്തപ്പെടേണ്ടതാണ് എന്ന സത്യം നാം വിസ്മരിക്കരുത്.

ഓസോൺപാളികൾ ഭൂമിയുടെ സുരക്ഷിതകവചമാണ്. അൾട്രാവയലറ്റ് രശ്മികളടക്കം ദുരന്തങ്ങൾ വിതക്കുന്ന ധാരാളം കിരണങ്ങൾ ഭൂമിയിലേക്കെത്തുന്നത് ഓസോൺ പാളിയിൽ വീണ ദ്വാരങ്ങൾ വഴിയാണ്. കാർബൺഡൈയോക്സൈഡ്, നൈട്രസ് ഓക്സൈഡ്, ക്ലോറോ ഫ്ളൂറോ കാർബൺ എന്നിവയാണ് ഓസോൺ പാളിക്ക് വിള്ളലേൽക്കാൻ കാരണം.

നാം ഇപ്പോൾ ഭയപ്പാടോടെ കേട്ടുവരുന്ന ഒരു വാക്കാണ് ആഗോളതാപനം. അന്തരീക്ഷത്തിലെ ചൂട് അനുദിനം വർദ്ധിക്കുകയാണ്.

നമ്മുടെ അന്തരീക്ഷത്തിൽ കാർബൺഡൈഓക്സൈഡ് എന്ന വാതകത്തിന്റെ അളവ് കൂടുന്നതാണ് ഇതിന് പ്രധാനകാരണം.

കാർബൺഡൈ ഓക്സൈഡിന്റെ അളവ് കൂടുമ്പോൾ അന്തരീക്ഷം ആഗിരണം ചെയ്യുന്ന താപത്തിന്റെ അളവ് കൂടുന്നു. പെട്രോളിയം ഉത്പന്നങ്ങൾ, കൽക്കരി എന്നിവയുടെ അമിത ഉപയോഗം കാർബൺഡൈ ഓക്സൈഡിന്റെ സാന്നിധ്യം ഉയർത്തുന്നു. മീഥേൽ, നൈട്രസ് ഓക്സൈഡ്, ക്ലോറോഫ്ളൂറോ കാർബൺ തുടങ്ങിയവയും ചൂട് വർദ്ധിപ്പിക്കുന്നതിന് കാരണമാവുന്നു. അപ്പോൾ കാലാവസ്ഥാ വ്യതിയാനം ഉണ്ടാവുന്നു. കനത്ത ചൂട്, കാലം തെറ്റിയ മഴ, പ്രളയം, ജലക്ഷാമം, കടൽ ജലനിരപ്പ് ഉയരൽ, മഞ്ഞ് ഉരുകൽ ഇതൊക്കെ കാലാവസ്ഥാ വ്യതിയാനത്തിന് ഉദാഹരണങ്ങളാണ്.

ആഗോള താപനത്തിനെതിരെ ലോകരാഷ്ട്രങ്ങൾ പ്രവർത്തനങ്ങൾ ആസൂത്രണം ചെയ്യുന്നു. പാരമ്പര്യേതര ഊർജസ്രോതസ്സുകൾ ഉപയോഗിക്കുവാനുള്ള തീവ്രമായ പ്രവർത്തനങ്ങൾ ലോകരാഷ്ട്രങ്ങളും ശാസ്ത്ര ലോകവും ഒരുമിച്ച് ചേർന്ന് നടത്തിവരികയാണ്.

"പ്രകൃതി സംരക്ഷണത്തിൽ എന്റെ പങ്ക് കൃത്യമായി നിർവ്വഹിക്കുന്നുണ്ടോ?" നാം ആത്മപരിശോധന നടത്തണം. ദൈനംദിന പ്രവർത്തനങ്ങളിൽ ഗാർഹികവും സാമൂഹികവുമായ ചുറ്റുപാടുകളിൽ സൃഷ്ടിക്കുന്ന ഓരോ പ്രവൃത്തിയും പ്രകൃതി സംരക്ഷണത്തിന് അനുകൂലമാണോ?

ഇത്തരം വിശുദ്ധമായ ചിന്തകൾ ഉണ്ടാക്കുന്ന നന്മയുടെ തരംഗങ്ങൾ പ്രകൃതിയേയും ഭൂമിയേയും സംരക്ഷിക്കും എന്ന കാര്യത്തിൽ സംശയമില്ല.

(2007)

•

വായന ശീലമാക്കുക

വായനയെക്കുറിച്ച് ഓർക്കുമ്പോൾ പല കൂട്ടുകാരുടെയും നാവിൻതുമ്പിൽ ഒരു കൊച്ചു കവിത തത്തിക്കളിക്കുന്നുണ്ടാവും. പ്രിയകവി എഴുതിയ നാലു വരികൾ:

"വായിച്ചാലും വളരും
വായിച്ചില്ലെങ്കിലും വളരും
വായിച്ചു വളർന്നാൽ വിളയും
വായിക്കാതെ വളർന്നാൽ വളയും"

വിളയുന്ന മനസ്സിന്റെ ഉടമകളായിത്തീരാൻ വായന അത്യാവശ്യമാണെന്നാണ് ഈ വരികളിലൂടെ കുഞ്ഞുണ്ണി മാസ്റ്റർ നമ്മെ ഓർമപ്പെടുത്തുന്നത്. എനിക്കറിയാം, നിങ്ങളിൽ ചിലരെങ്കിലും വായനയെ ഗൗരവമായെടുത്തവരാണെന്ന്. എന്റെ ഒരനുഭവം പറയാം:

കഴിഞ്ഞ മധ്യവേനൽ അവധിക്കാലം. ഒരു ഞായറാഴ്ച. പട്ടണത്തിലുള്ള ഒരു സുഹൃത്തിന്റെ വീട് സന്ദർശിക്കാനിടയായി. സമയം രാവിലെ പത്തുമണിയായിക്കാണും.

ടൗണിലെ തിരക്കിൽ നിന്നൊഴിഞ്ഞ് കുറേ വീടുകൾ ഒന്നിച്ച് പണിത ഒരു കോളനിയിലാണ് വീട്. ഗേറ്റ് തുറന്നു. വീടിന്റെ പുറംവാതിൽ അടച്ചിട്ടിരിക്കുകയാണ്. അകത്തുള്ള ടെലിവിഷൻ പെട്ടിയിൽനിന്ന് പുറത്തുവരുന്ന ശബ്ദതരംഗങ്ങൾ പുറത്തും അലയടിക്കുന്നു.

ഈ ശബ്ദശല്യങ്ങൾക്കിടയിലും കൊച്ചു വരാന്തയിലെ ഒരു മൂലയിലെ കസേരയിൽ ഒതുങ്ങിയിരുന്ന് ഒരു പുസ്തകത്തിൽ തലപൂഴ്ത്തിയിരിക്കുകയാണ് സുഹൃത്തിന്റെ മകൾ അശ്വിനി. വരാന്തയിൽ കയറിയതും വിളിച്ചതും അവൾ അറിഞ്ഞില്ല. രണ്ടാമത്തെ വിളി അവൾ കേട്ടു. കസേരയിൽനിന്ന് ചാടിയെഴുന്നേറ്റ് എന്റെ അരികിൽ ഓടിയെത്തി.

ഞാൻ കൈയിലുള്ള പുസ്തകം വാങ്ങി. മലയാളത്തിലെ പ്രശസ്തമായ ഒരു നോവലായിരുന്നു അത്. എട്ടാം ക്ലാസുകാരി അശ്വിനിക്ക് ആ നോവൽ ഉൾക്കൊള്ളാൻ കഴിയുന്നുണ്ടോ എന്ന് ഞാൻ അമ്പരന്നു. എന്റെ കണ്ണുകളിലെ അമ്പരപ്പ് കണ്ടാവാം അവൾ അകത്തേക്ക് ഓടിപ്പോയി. രണ്ടു നോട്ടുപുസ്തകങ്ങളുമായി തിരിച്ചെത്തി.

അത് തുറന്നുനോക്കി. ശരിക്കും അമ്പരന്നത് അപ്പോഴാണ്. മൂന്നു വർഷത്തിനിടയിൽ അവൾ വായിച്ച പുസ്തകങ്ങളുടെ കുറിപ്പ് വളരെ വൃത്തിയിൽ നാൾവഴി ക്രമത്തിൽ അതിൽ എഴുതിവെച്ചിരിക്കുന്നു. നല്ല വായനക്കാരിയായി വളർന്നതിലുള്ള ലക്ഷണം കുറിപ്പ് വ്യക്തമാക്കുന്നു.

ആ എട്ടാംക്ലാസുകാരിയുടെ മാതൃക നമ്മുടെ കുട്ടികൾ പിന്തുടർന്നാൽ എത്രനന്നായിരുന്നു എന്നാണ് അന്നും ഇന്നും എന്റെ മനസ്സിൽ.

ചിത്രകഥകൾ താൽക്കാലികം

കൂട്ടുകാരേ, നിങ്ങളിൽ പലരുടെയും വായന പാഠപുസ്തകത്തിൽ മാത്രം ഒതുങ്ങി നിൽക്കുകയാണോ? പരീക്ഷയിൽ ജയിക്കാനുള്ള മൽസരപഠനത്തിനിടയിൽ വേറെയൊന്നും വായിക്കാൻ സമയമില്ല എന്നായിരിക്കും ആക്ഷേപം. അത് ശരിയല്ല. ചിട്ടയായ പഠനവും ക്രമപ്പെടുത്തിയ വായനയും ശീലമാക്കിയവർ നമ്മുടെ ഇടയിൽ ധാരാളമുണ്ട്.

ചിലരുടെ വായന ചിത്രകഥാ പുസ്തകം മാത്രമാണ്. മിഠായി നുണയുമ്പോഴുള്ള രസംപോലെ താൽക്കാലിക രസം മാത്രമാണ് ചിത്രകഥാ പുസ്തകങ്ങൾ നമുക്ക് നൽകുന്നത്. ഭാവനയുടെയും അനുഭൂതിയുടെയും വിജ്ഞാനത്തിന്റെയും വിപുലമായ മേഖല വളർത്താൻ അവയ്ക്ക് കഴിയില്ല എന്ന കാര്യം ഓർമവേണം.

നല്ലതുമാത്രം തെരഞ്ഞെടുക്കുക

പുസ്തകങ്ങൾ തെരഞ്ഞെടുത്ത് വായിക്കണം. നിങ്ങളുടെ പ്രായവും അഭിരുചിയും കണക്കിലെടുത്താവണം പുസ്തകങ്ങൾ തെരഞ്ഞെടുക്കേണ്ടത്. ഇതിനുവേണ്ടി മുതിർന്നവരുടെ സഹായം തേടാവുന്നതാണ്.

വായന ഏകാഗ്രതയോടെ ആയിരിക്കണം. മനസ്സിലാവുന്നത് വരെ വായിക്കണം. ഉള്ളടക്കം പൂർണമായും ഉൾക്കൊള്ളാൻ ശ്രമിക്കണം. ഓരോ പേജും വായിച്ചുകഴിഞ്ഞാൽ വായിച്ചുകഴിഞ്ഞ ആശയങ്ങൾ ഓർമിച്ചുനോക്കണം. സംശയങ്ങൾ രക്ഷിതാക്കളോടോ അധ്യാപകരോടോ ചോദിച്ചു മനസ്സിലാക്കണം. കൂടുതൽ ആശയ വ്യക്തത ആവശ്യമാണെങ്കിൽ മറ്റു ഗ്രന്ഥങ്ങൾ വായിച്ച് സംശയനിവൃത്തി വരുത്തണം.

വായിച്ച പുസ്തകങ്ങളുടെ ഉള്ളടക്കത്തെക്കുറിച്ച് കുടുംബാംഗങ്ങളുമൊരുമിച്ചിരുന്ന് ചർച്ച നടത്തണം. വായന മുതിർന്നവരിൽ നില നിൽക്കാനും കുട്ടികളുടെ ആസ്വാദന നിലവാരം വളർത്താനും ഇത് സഹായിക്കും. നിങ്ങളുടെ വായനയിലെ സുഹൃത്തും വഴികാട്ടിയുമായി രക്ഷിതാക്കളെ മാറ്റണം.

കുറിപ്പ് തയാറാക്കുക

വായിച്ച പുസ്തകങ്ങളുടെ കുറിപ്പ് തയാറാക്കുക എന്നത് പ്രത്യേക ശീലമാക്കി മാറ്റണം. പുസ്തകങ്ങളുടെ കുറിപ്പെഴുതാൻ പഴയ നോട്ടു പുസ്തകമായാലും മതി. വായിച്ച ദിവസം, പുസ്തകത്തിന്റെ പേര്, ഗ്രന്ഥ കർത്താവ്, പ്രധാന ആശയങ്ങൾ, നിങ്ങളുടെ അഭിപ്രായം എന്നിവ അതിൽ എഴുതണം.

പുസ്തകങ്ങൾ സൂക്ഷിച്ചുവെക്കുക എന്ന രീതി ഒരു സ്വഭാവമായി വളർത്തണം. ഓരോ വീട്ടിലും നല്ല ഒരു ലൈബ്രറി ഉണ്ടാവണം. പുസ്തകം സ്വയം തെരഞ്ഞെടുക്കാനും സൂക്ഷിക്കാനുമുള്ള ശീലം ചെറുപ്പത്തിലേ വളർത്തണം. ആനുകാലിക പ്രസിദ്ധീകരണങ്ങൾ, വിജ്ഞാനശകലങ്ങൾ, ചിത്രങ്ങൾ, കുറിപ്പുകൾ എന്നിവ നിങ്ങളുടെ ഗ്രന്ഥശേഖരത്തിൽ ഉൾപ്പെടുത്താവുന്നതാണ്. നിത്യജീവിതത്തിലെ ചെലവിൽനിന്ന് ഒരോഹരി പുസ്തകങ്ങൾക്കായി നീക്കിവെക്കണം. ജന്മദിനം, ആഘോഷം, മൽസരം എന്നീ വേളകളിൽ ലഭിക്കുന്ന സമ്മാനങ്ങൾ പുസ്തകം മാത്രമായാൽ നിങ്ങളുടെ ഗ്രന്ഥശേഖരം വളരെ വേഗം വിപുലമാവും. സമ്മാനം സ്വീകരിക്കുന്ന നിങ്ങളും സമ്മാനം നൽകുന്ന മുതിർന്നവരും അങ്ങനെ ചിന്തിച്ചാൽ വളരെ നന്നായിരിക്കും.

കഥ കേൾക്കണം

മുത്തശ്ശനിൽ നിന്നോ മുത്തശ്ശിയിൽ നിന്നോ വീട്ടിലെ ഏതെങ്കിലും പ്രായമായവരിൽനിന്നോ കഥ കേൾക്കാനുള്ള ഭാഗ്യംപുതിയ തലമുറക്ക് നഷ്ടപ്പെട്ടുകൊണ്ടിരിക്കുകയാണ്. നാടോടിക്കഥകളും പുരാണകഥകളും അറബിക്കഥകളുമൊക്കെ അവരെക്കൊണ്ട് പറയിക്കണം. കേട്ടിരിക്കാനുള്ള സന്മനസ്സ് കുട്ടികളായ നിങ്ങൾക്കും ഉണ്ടാവണം. ഇങ്ങനെ കേട്ട കഥകളുടെ മൂലകൃതിയോ പുനരാഖ്യാനങ്ങളോ വായിക്കുമ്പോഴുള്ള സന്തോഷം നിങ്ങൾ അനുഭവിച്ചുതന്നെ അറിയണം.

ടെലിവിഷൻ എപ്പോൾ കാണണം?

ടെലിവിഷന്റെ അമിതമായ സ്വാധീനമാണ് പല കൂട്ടുകാരെയും വായനയിൽനിന്നും അകറ്റുന്നത്. പഠനസമയത്തെക്കാൾ കൂടുതൽ സമയം പലരും ടെലിവിഷന്റെ മുന്നിൽ ചെലവഴിക്കുകയാണ്. ഇത് തീർച്ചയായും നിങ്ങളുടെ വായനാശീലത്തെ തകർക്കും.

കുട്ടികളിൽ ഇന്ന് കാണുന്ന അക്രമവാസനകൾക്ക് കാരണം ടെലിവിഷനാണ് എന്ന് പല രാജ്യങ്ങളിലും നടന്ന പഠനങ്ങൾ തെളിയിക്കുന്നു.

ടെലിവിഷനിലെ വിജ്ഞാനപ്രദമായ കാര്യങ്ങൾ മാത്രമേ കാണൂ എന്ന് കുട്ടികൾ പ്രതിജ്ഞചെയ്യണം, അക്രമവാസന വളർത്തുന്ന സീരിയലും സിനിമകളും നമുക്ക് ഒഴിവാക്കാം. അടച്ച മുറിക്കുള്ളിൽ മണിക്കൂറുകളോളം ടെലിവിഷൻ പെട്ടിയിൽ കണ്ണുംനട്ട് മാനസികവും കായികവുമായ അധ്വാനമില്ലാതെ അടങ്ങിയിരിക്കുന്ന ശീലവും നമുക്ക് കഴിയുന്നത്ര ഒഴിവാക്കാം. നാം കാണേണ്ടുന്ന പരിപാടികൾ രക്ഷിതാക്കളുടെ നിയന്ത്രണത്തിൽ ആസൂത്രണം ചെയ്യണം. അതുമാത്രമേ കാണാവൂ.

ചർച്ചകളിൽ പങ്കെടുക്കണം

വായന വിപുലപ്പെടുത്താൻ സ്കൂൾ ലൈബ്രറികളും പൊതു ലൈബ്രറികളും ഉപയോഗപ്പെടുത്തണം. സ്കൂൾ സാഹിത്യവേദികളിലെ ചർച്ചകൾ, മൽസരങ്ങൾ എന്നിവയിൽ സജീവമായി പങ്കെടുക്കണം. നിർബന്ധമായ വായനക്ക് ചർച്ചകളും മൽസരങ്ങളും പ്രചോദനമാകും എന്ന കാര്യം പ്രത്യേകം ഓർക്കണം.

എല്ലാ കുട്ടികളും കേവലം പുസ്തകപ്പുഴുക്കളായി മാറണം എന്നല്ല ഇതുകൊണ്ട് ഉദ്ദേശിക്കുന്നത്. പഠനത്തിലും കളികൾക്കുമിടയിൽ ലഭിക്കുന്ന ഒഴിവുവേളകൾ ഫലപ്രദമായി ഉപയോഗിക്കുക. പാഠാനുബന്ധ ഗ്രന്ഥങ്ങളും സർഗാത്മക ഗ്രന്ഥങ്ങളും ഒഴിവുവേളകളിൽ വായിച്ച് നിങ്ങൾക്ക് നല്ലൊരു വായനക്കാരനാവാം. ലോകത്തിലെ വ്യത്യസ്ത അനുഭവങ്ങൾ സ്വയം നേടാൻ നമ്മെ സഹായിക്കുന്ന ഏറ്റവും നല്ല കൂട്ടുകാരാണ് പുസ്തകങ്ങൾ എന്ന കാര്യത്തിൽ സംശയമില്ല.

(വാരാദ്യമാധ്യമം - 2000)

•

ഏകലവ്യന്റെ കൂടാരങ്ങൾ

ഒരു കെട്ടിടത്തിനും അലമാരയിലെ നിറം മങ്ങിയ പുസ്തകങ്ങൾക്കും ഗ്രാമീണ മനസ്സിനെനന്മയിലേക്ക് നയിക്കാൻ കഴിയും എന്ന് ഗ്രന്ഥശാലാ പ്രസ്ഥാനം നമ്മെ ഓർമ്മിപ്പിക്കുന്നു. സാമൂഹിക ജീവിതത്തെ ഊർജ്ജ സ്വലമാക്കാനും സാംസ്കാരികമായ വിശുദ്ധി പരത്താനും ഗ്രന്ഥാലയ ങ്ങൾക്ക് കഴിയുന്നു.

കുട്ടിയായിരിക്കുമ്പോഴേ സ്വന്തം വീട്ടിലെ അകത്ത് കയറിയിരിക്കുന്ന സ്വാതന്ത്ര്യത്തോടെ, വായനശാലയിൽ കയറാനും വായിക്കാനും വൈകു ന്നേരങ്ങളിൽ ഇഷ്ടപ്പെട്ട പുസ്തകമെടുക്കാനും കഴിഞ്ഞത് അപൂർവ്വ മായൊരു സൗഭാഗ്യമായി കരുതുകയാണ്. എന്റെ നാട്ടിൽ ജ്ഞാനോ ദയ ഗ്രന്ഥാലയം സ്ഥാപിക്കുന്നതിന് നേതൃത്വം നല്കിയ സുകൃതിക ളായ മുൻഗാമികളെ ആദരപൂർവ്വം സ്മരിക്കുകയാണ്.

പ്രൈമറി വിദ്യാലയത്തിനും ഗ്രന്ഥാലയത്തിനും ഇടയിലായിരുന്നു എന്റെ വീട് എന്നത് അക്ഷരസ്നേഹിക്ക് കിട്ടിയ വലിയ നേട്ടം തന്നെ.

വെള്ളിയാഴ്ചകളിലെ ദൈർഘ്യം കൂടിയ മദ്ധ്യാഹ്ന ഒഴിവ് വേളയി ലാണ് പ്രൈമറി സ്ക്കൂൾ ലൈബ്രറി തുറന്ന് പുസ്തകം തരിക. ഏഴ് ദിവസത്തെ കാത്തിരിപ്പിന് ശേഷം, ടീച്ചർ വല്ല തിരക്കിലുംപെട്ട് പോയാൽ അന്ന് പുസ്തകം കിട്ടില്ല. രാവിലെ തന്നെ സൗമിനി ടീച്ചർ വന്നോ എന്ന് അന്വേഷിക്കും. അവധിയാണെങ്കിൽ വല്ലാത്തൊരു മടുപ്പ് തന്നെ.

കുട്ടിക്കാലത്ത് വായിച്ച പുസ്തകങ്ങളൊന്നും ഓർക്കാൻ കഴിയുന്നി ല്ല. എങ്കിലും ഇപ്പോഴും മറക്കാൻ കഴിയാത്ത ഒരു പുസ്തകം മനസ്സിൽ തങ്ങി നില്ക്കുന്നു. ശങ്കർ എന്ന ലോകപ്രശസ്തചിത്രകാരന്റെ 'സുജാ തയും കാട്ടാനയും' എന്ന പുസ്തകം കമനീയമായ പുറം ചട്ടയോടെ വലിയ അക്ഷരങ്ങളിൽ മനോഹരമായി വർണ്ണചിത്രങ്ങൾ കൊണ്ട് രൂപ കല്പനചെയ്ത പുസ്തകം. സോവിയറ്റ് നാടിന്റെ മലയാളം പതിപ്പുക ളിലെ ബാലപംക്തിയും നിറം മങ്ങാതെ മനസ്സിലുണ്ട്.

കുട്ടികളായ ഞങ്ങൾക്ക് വായനശാലയിൽ നിന്ന് ബാലസാഹിത്യമേ തരികയുള്ളൂ. എന്റെ വായനാതാല്പര്യവും പുസ്തകം കിട്ടാനുള്ള ബദ്ധ

പ്പാടും കണ്ടാകണം വലിയ പുസ്തകങ്ങൾ കിട്ടിത്തുടങ്ങി. ഏഴാം ക്ലാസ് മുതലേ നോവലുകൾ വായിച്ചു തുടങ്ങി. ബഷീറും പൊറ്റക്കാടും ഉറൂബും തകഴിയും കേശവദേവുമൊക്കെ വീട്ടിൽ വരാൻ തുടങ്ങി. ദുർഗ പ്രസാദ് ഖത്രിയും മുട്ടത്തുവർക്കിയും പിറകേ തന്നെ എത്തി. കാക്കനാടനും പുനത്തിലും മുകുന്ദനും മാധവിക്കുട്ടിയും ആധുനികതയുടെ പുതിയ ഭാവുകത്വവുമായാണ് മനസ്സിൽ കയറിക്കൂടിയത്.

പുസ്തകം പുറം ലോകത്തേക്കുള്ള കിളിവാതിലുകളായി അനുഭവപ്പെട്ടുതുടങ്ങി. ജീവിതത്തിന് ഇത്രമാത്രം വ്യാപ്തിയുണ്ടെന്നും വ്യക്തിയുടെ മനോവിചാരങ്ങളിലെ വർണ്ണപ്പൊലിമയും വൈകാരികവും വൈചാരികവുമായ അനുഭവങ്ങളും സമൂഹത്തെ മാറ്റി മറിക്കുകയും ചെയ്യുമെന്നും പുസ്തകങ്ങളിലൂടെ തിരിച്ചറിഞ്ഞു. ഓരോഗ്രന്ഥവും എഴുത്തുകാരൻ അനുവാചകനുമായി നടത്തുന്ന സംവാദമാണെന്ന ആശയം ശരിയാണെന്ന് പിൽക്കാലത്ത് മനസ്സിലാക്കാൻ കഴിഞ്ഞു.

വിശ്വസാഹിത്യത്തിലെ പ്രശസ്തങ്ങളായ ഗ്രന്ഥങ്ങളുടെ തർജ്ജമകളും ഗ്രന്ഥാലയത്തിൽ നിന്നാണ് ലഭിച്ചത്. ലോകത്തിലെ വിസ്മയകരമായ നഗരങ്ങളിലൂടെയും വെളിച്ചം കടന്നുചെല്ലാത്ത തെരുവുകളിലൂടെയും, യുദ്ധവും വിശപ്പിന്റെ ദൈന്യതയും ആഢംബരത്തിന്റെ യുക്തിരഹിതമായ പൊലിമയും തിരിച്ചറിയാൻ ഗ്രന്ഥങ്ങൾ സഹായകമായി.

വീട്ടിൽ പറഞ്ഞുതന്നതും ക്ലാസുമുറികളിൽ ചിതറി വീഴുന്നതുമായ പുരാണകഥകൾ, സഞ്ചിതരൂപത്തിലുള്ള ഗ്രന്ഥങ്ങളായി വായിച്ചപ്പോൾ വിസ്തൃതമായ ഇതിഹാസ പ്രപഞ്ചത്തെ ഉൾക്കൊള്ളാൻ കഴിഞ്ഞത് നേരത്തെ പറഞ്ഞു കേട്ട ശ്ലഥ കഥകളുടെ പിൻബലത്തിലാണെന്ന് വിശ്വസിക്കുന്നു. ജാതീയമായ ഉച്ചനീചത്വങ്ങളിൽ തമസ്കരിക്കപ്പെട്ട ഏകലവ്യൻ ഇന്നും മനസ്സിൽ പ്രതിരോധത്തിന്റെ പ്രതി പുരുഷനായി നിറഞ്ഞു നില്ക്കുന്നത് വായനയുടെ സുതാര്യമായ അനുഭവങ്ങളിൽ നിന്നുതന്നെ.

നവോത്ഥാനദർശനങ്ങളിലൂടെ കർമ്മസരണിയിൽ ദീപ്തിപരത്തിയ മഹാന്മാരുടെ ചിന്തയുടെയും പ്രവർത്തനത്തിന്റെയും കാന്തികശക്തി മാനവ ലോകത്തിന് ലഭിച്ചത് ഗ്രന്ഥപാരായണത്തിൽ നിന്നുതന്നെ. ദേശീയ സ്വാതന്ത്ര്യസമരത്തിലേക്ക് ജീവിതം സമർപ്പിച്ച നിസ്വാർത്ഥരായ ധീര ദേശാഭിമാനികളും സാമൂഹ്യ മനസ്സിന്റെ ധാർഷ്ട്യങ്ങൾക്കും അനാചാരങ്ങൾക്കുമെതിരെ പോരാട്ടങ്ങൾ നടത്തിയ പൂർവ്വ കാലത്തിന്റെ ധീരതയും നാം അറിഞ്ഞത് വായിച്ചു തീർത്ത പുസ്തകങ്ങളിലൂടെ തന്നെയാണ്.

നവതലമുറ ഇപ്പോൾ വിശ്വസിക്കുന്നത് ശാസ്ത്ര സാങ്കേതിക മേഖല

നല്കിയിരിക്കുന്ന സൗകര്യങ്ങൾ നിലനില്ക്കുമ്പോൾ പുസ്തകങ്ങൾക്ക് എന്ത് പ്രസക്തി എന്നാണ്. ഇന്റർനെറ്റിലും വിക്കിപീഡിയകളിലും സിഡി കളിലും നിലനില്ക്കുന്ന കാഴ്ചാനുഭവങ്ങളിലൂടെയുള്ള വായന അവർക്ക് ഏറെ സ്വീകാര്യമാവുന്നു. കമ്പ്യൂട്ടർ ടെക്നോളജി, ഇൻഫർമേഷൻ സ്റ്റോറേജ് ടെക്നോളജി, മൈക്രോഗ്രാഫിക്ക് എന്നിവയിലാണ് ഭാവിയിലെ ഗ്രന്ഥശാലകൾ രൂപപ്പെടുക എന്ന് പുതുതലമുറ കരുതുന്നു.

പുസ്തകങ്ങളും ഗ്രന്ഥശാലകളും വായനാനുഭവങ്ങളുടെ വ്യക്തിഗത താല്പര്യങ്ങളെ മാത്രമല്ല സംരക്ഷിക്കുന്നത്, സാമൂഹിക ബോധം നമ്മുടെ മനസ്സിന്റെ ഇടങ്ങളിൽ നിന്ന് നഷ്ടമാവുന്ന ലോകത്താണ് നാം ജീവിക്കുന്നത്. പൊതുമണ്ഡലത്തിലെ ഭിന്നരുചികൾ തിരിച്ചറിയുകയും സമീകൃതമായ സാമൂഹ്യാവസ്ഥയിലേക്ക് കൈപിടിച്ച് വളർത്തുകയും ചെയ്ത ഗ്രന്ഥശാലകൾ ഗ്രാമീണ ജീവിതത്തിന് നിറം പകർന്ന പ്രകാ ശഗോപുരങ്ങൾ തന്നെയാണ്.

വീട്ടിനകത്ത് നിന്ന് പുറത്തിറങ്ങി നിസ്വാർത്ഥസേവനത്തിലൂടെ ജന സഞ്ചയങ്ങളുടെ ഇടയിലിരുന്നു പടുത്തുയർത്തിയ ഗ്രന്ഥശാലകൾ പുസ്തകങ്ങളോടൊപ്പം ഇണക്കി ചേർത്തത് മാനവീക മൂല്യങ്ങളുടെ ചങ്ങല കണ്ണികളെയാണ്. ഗ്രന്ഥശാലകളെ ജനാധിപത്യത്തിന്റെ വാസ്തു ശില്പമായി നാം വാഴ്ത്തുന്നതും അതുകൊണ്ടു തന്നെയാണ്.

അറിവ് നേടാനുള്ള എളുപ്പ വഴികൾ കണ്ടെത്തുകയല്ല നമ്മുടെ ലക്ഷ്യം. അറിവ് മാനവലോകത്തിന് ഗുണകരമായി മാറ്റപ്പെടുമ്പോഴാണ് അതിന്റെ സാകല്യം വിജയകരമായി മാറുന്നത്.

(2008)

•

ശൈശവത്തിലേ വാർദ്ധക്യം ബാധിക്കുന്നവർ

"നമ്മുടെ കുട്ടികളുടെ മനസ്സുകൾ അലവണമായിരിക്കുമ്പോൾ, അവരുടെ ജിജ്ഞാസ കത്തിജ്ജ്വലിക്കുന്ന കാലത്ത് അവരുടെ പഞ്ചേന്ദ്രിയങ്ങൾ സൂക്ഷ്മവും സജീവവുമായിരിക്കുമ്പോൾ ആകാശത്തിന്റെ അനന്തചക്രവാളത്തിന് കീഴെ സ്വതന്ത്രമായി സൂര്യപ്രകാശത്തിലും മഴച്ചാറ്റലിലും കുട്ടികളെ ആഹ്ലാദനൃത്തം ചവിട്ടാൻ അനുവദിക്കണം. ശരത്കാലങ്ങളിൽ സദാളുൾവാങ്ങുന്ന ചക്രവാളത്തിലേക്ക് വിരൽ ചൂണ്ടി കാറ്റിലാടിക്കളിച്ച് മഞ്ഞുതുള്ളികളാൽ അഭിഷിക്തമായിരിക്കുന്ന ഭൂമിയുടെ കാഴ്ച കണ്ട് കുട്ടികൾ അനുഗൃഹീതരാവട്ടെ"

രവീന്ദ്രനാഥ ടാഗോർ എഴുതിയ വരികളാണിത്. കുട്ടികളുടെ മനഃശാസ്ത്രം നല്ലപോലെ ഗ്രഹിച്ചിരുന്ന ടാഗോർ മനുഷ്യമനസ്സിന്റെ വൈവിധ്യമാർന്ന സർഗ്ഗാത്മകതയ്ക്ക് പ്രകൃതിയുമായുള്ള ബന്ധം അനുപേക്ഷണീയമാണെന്ന് പറയുകയുണ്ടായി.

നമ്മുടെ കുട്ടികൾ ഈ രീതിയിലാണോ വളരുന്നത്? അവർ പരാങ്മുഖരായി, പഠനങ്ങളിൽ മാത്രം തലയൊളിപ്പിച്ച് ടെലിവിഷനുകൾ പുറത്തിറക്കുന്ന കൗതുകങ്ങളിൽ മാത്രം ആഹ്ലാദം കണ്ടെത്തി പ്രകൃതിയിൽ നിന്ന് ഒളിച്ചുജീവിക്കുകയാണ്.

മുതിർന്നവർ കൈചൂണ്ടിയ അതിർത്തിക്കപ്പുറം സഞ്ചരിക്കാൻ കുട്ടികൾക്കിന്ന് അവകാശമില്ല. കുട്ടികളുടെ സ്വപ്നങ്ങളും സങ്കൽപങ്ങളും മുതിർന്നവർ നൽകുന്ന കാലിഡിസ്കോപ്പിലെ വർണ്ണസഞ്ചയങ്ങൾ മാത്രമായി മാറുകയാണ്.

നമ്മുടെ കൂട്ടുകുടുംബ വ്യവസ്ഥയിൽ സൗഹാർദ്ദവും പരസ്പര സഹായവും നിലനിന്നിരുന്നു. ദുഃഖങ്ങൾക്ക് സാന്ത്വനവും ദുരിതങ്ങൾക്ക് അറുതിയും സന്തോഷങ്ങൾക്ക് വ്യാപ്തിയും നൽകാൻ കുടുംബത്തിൽ നിറയെ അംഗങ്ങളുണ്ടായിരുന്നു. എല്ലാറ്റിനും നേതൃത്വം നൽകാൻ ഒരു കുടുംബനാഥൻ, ഓടിച്ചാടി കളിക്കാൻ ഒരുപാട് കൂട്ടുകാർ, അതു

കൊണ്ട് തന്നെ അവരുടെ കൂട്ടായ്മ വിപുലമായിരുന്നു.

പുതിയ തലമുറയിലെ കുട്ടികൾ അണുകുടുംബത്തിലെ സന്തതികളാണ്. മതിൽകെട്ടി മറച്ച മണിമന്ദിരത്തിലെ അകത്തളങ്ങളിൽ, പൂച്ചട്ടികളിൽ വിരിയിച്ച പ്രകൃതിസൗന്ദര്യത്തിന് കീഴിൽ അവർ വളരുകയാണ്.

മോടിയുള്ള വീടുകളുടെ പൂമുഖവും അകത്തളവും ബന്ധിക്കുന്നത് ഇന്ന് ഒറ്റവാതിലുകളാണ്. പണ്ടൊക്കെ ആരെയും ഭയപ്പെടാതെ തുറന്നിട്ടിരുന്ന പഴയ പൂമുഖ വാതിലുകളുടെ രൂപവും മാറി. ഒറ്റവാതിലുകൾ ആയി. അവ അടച്ചിടുകയാണ് ഏറ്റവും സൗകര്യം. ആരുമായും ബന്ധപ്പെടാൻ താൽപര്യമില്ലാതെ സ്വന്തം വീട്ടിനുള്ളിൽ അടങ്ങിയൊതുങ്ങി കഴിയുകയാണ് പുതിയ തലമുറയുടെ ഇഷ്ടവും.

അടച്ചിട്ട മുറിക്കുള്ളിൽ തുറന്നിട്ട ദൂരദർശനം പെട്ടിയിലെ വിവിധ ചാനലുകളിലെ വർണ്ണവിസ്മയം കണ്ടിരിക്കുകയെന്നത് മാത്രമായി കുടുംബാന്തരീക്ഷം മാറിവരികയാണ്.അതുകണ്ടുകൊണ്ടുവളരുന്ന കൊച്ചുകുട്ടികളുടെ ശീലങ്ങൾ അതിൽനിന്ന് അന്യമായിത്തീരുക അസാധ്യവുമാണ്.

പിറന്നുവീണ, മൃദുലത മുഖമുദ്രയായ നമ്മുടെ കൊച്ചുകുട്ടികൾ ശൈശവത്തിലേ വാർദ്ധക്യത്തിന്റെ ശീലങ്ങളിലേക്ക് വഴുതിവീഴുകയാണ്. അവർക്ക് പുറംലോകത്തിന്റെ സൗന്ദര്യം ആസ്വദിക്കാനും അതിരുകളില്ലാത്ത ഭാവനയുടെ ലോകത്തിൽ ചുറ്റിത്തിരിയാനും അവസരം ലഭിക്കുന്നില്ല.

കുട്ടി വളർന്നുവരുമ്പോൾ അവൻ തികഞ്ഞ ജിജ്ഞാസുവായിരിക്കും. ചോദ്യങ്ങൾ ചോദിച്ചു ഉത്തരം കണ്ടെത്താനും പുതിയ ഭാവനകൾ വളർത്താനും കുട്ടികൾ സന്നദ്ധരാണ്.

ആശയ വിപുലീകരണത്തിന് നമ്മുടെ കുട്ടികൾക്ക് തുറന്നുകൊടുക്കുന്ന സാഹിത്യത്തിന്റെ കൊച്ചുജാലകങ്ങളാണ് പുസ്തകങ്ങൾ. കഥകളും കവിതകളും പഴഞ്ചൊല്ലുകളും നാടൻപാട്ടുകളും കൊച്ചുമനസ്സുകളെ രസിപ്പിക്കും.

സാഹിത്യലോകത്തിലൂടെ പഠിക്കാൻ കഴിയുന്ന കുട്ടികൾ അനുഭവങ്ങളിൽനിന്നും സദ്വികാരങ്ങൾ വികസിപ്പിച്ചെടുക്കും. കുട്ടികളിൽ സ്നേഹം, സഹൃദയത്വം, സാഹസികത, സഹകരണം എന്നീ നല്ല ശീലങ്ങൾ വളർന്നുവരും. അവർ മൂല്യബോധമുള്ളവരും നന്മതിന്മകൾ തിരിച്ചറിയാൻ കഴിവുള്ളവരുമായിത്തീരും.

നമ്മുടെ കുട്ടികൾക്ക് ലോകത്തെ തുറന്ന കണ്ണുകളോടെ കാണാൻ

അവസരം നൽകണം. മാനുഷിക വളർച്ചയുടെ കഥകൾ പഠിപ്പിക്കുകയും അനുഭവങ്ങളിലൂടെ മാനുഷികമൂല്യങ്ങൾ ഉൾക്കൊള്ളാൻ കഴിവുള്ളവരായി പുതിയ തലമുറ വളർന്നുവരികയും ചെയ്യണം. തനിക്ക് താൻ മാത്രമായി ജീവിതം നയിക്കാമെന്ന വ്യാമോഹം ഒഴിവാക്കണം. സാമൂഹ്യബന്ധങ്ങളിലൂടെ പരസ്പര സ്നേഹത്തിന്റെയും സഹകരണ മനോഭാവത്തിന്റെയും ആശയങ്ങൾ കുട്ടികളിൽ വളർത്തണം. ശൈശവത്തിലേ വാർദ്ധക്യം ബാധിച്ച മനസ്സുകളായി മാറാത്ത പുതിയ തലമുറ പഠിച്ചു കളിച്ചുരസിച്ചു വളരാൻ നമുക്ക് അവസരം ഒരുക്കാം.

(2004)

•

ആരവങ്ങൾ ഒടുങ്ങുമ്പോൾ

'യുവാക്കളേ, നിങ്ങൾ ശക്തരാവുക, തലച്ചോറിന്റെ ദൗർബല്യത്തെ നീക്കാൻ നാം ശക്തരാവുകയാണ് വേണ്ടത്. ഫുട്ബോളിന് ഗീതയേക്കാൾ വേഗത്തിൽ നിങ്ങളെ സ്വർഗത്തിലെത്തിക്കാൻ കഴിയും. നമുക്ക് വേണ്ടത് ഇരുമ്പിന്റെ പേശികളും ഉരുക്കിന്റെ സിരകളുമാണ്.' സ്വാമി വിവേകാനന്ദന്റെ വാക്കുകളാണിത്.

ആരോഗ്യമുള്ള മനസ്സിനും ശരീരത്തിനും രാഷ്ട്രപുനർനിർമാണത്തിൽ മുഖ്യപങ്കുവഹിക്കാനാവും എന്ന കണ്ടെത്തലിലാണ് മുകളിലെ വാചകങ്ങളുടെ പ്രസക്തി. നമ്മുടെ യുവതയുടെ പേശികൾക്കും സിരകൾക്കും ദൃഢതയുണ്ടോ? മനസ്സും ശരീരവും സാമൂഹ്യപുരോഗതിയിൽ മുഖ്യപങ്കുവഹിക്കുന്നുണ്ടോ?

കായികവിദ്യാഭ്യാസ അനുശീലനം നേടാൻ നമ്മുടെ കുട്ടികൾക്ക് കഴിയുന്നില്ല. കായികസംസ്കാരം തികഞ്ഞ അപചയം നേരിടുകയാണ്. അതുകൊണ്ട് തന്നെയാണ് ആരോഗ്യമുള്ള ജനതയുടെ എണ്ണം അനുദിനം കുറഞ്ഞുവരുന്നത്.

ദേശീയ ആരോഗ്യവിദ്യാഭ്യാസ മേഖല നടത്തിയ പഠനത്തിൽ കേരളത്തിലെ കുട്ടികളുടെ കായികക്ഷമത അങ്ങേയറ്റം കുറവാണെന്ന് കണ്ടെത്തിയിരിക്കുന്നു. 3.16 ശതമാനം കുട്ടികൾ മാത്രമാണ് ശരാശരിക്ക് മുകളിലുള്ളത്. നമ്മുടെ വിദ്യാലയങ്ങളിൽ കഴിഞ്ഞ വർഷങ്ങളിൽ നടത്തിയ പഠനങ്ങളിലും ബോഡി മാസ് ഇൻഡക്സിൽ കുറവുള്ളവരാണ് ഭൂരിപക്ഷം കുട്ടികളും. ആരോഗ്യപൂർണ്ണമായ ഒരു തലമുറ നമുക്ക് നഷ്ടപ്പെടുകയാണോ?

വിദ്യാലയങ്ങളിൽ കുട്ടികൾക്ക് ഓടിക്കളിച്ചുല്ലസിക്കാൻ പറ്റിയ കളിക്കളങ്ങൾ ഇല്ല. കളി നിയമങ്ങൾക്കനുസൃതമായി കളിക്കാനുള്ള അവസരങ്ങൾ അവർക്ക് ലഭിക്കുന്നില്ല. കളികളിലൂടെ മനസ്സുകളിൽ ഉണർന്നുവരേണ്ടുന്ന മാനസിക മൂല്യങ്ങൾ, സഹകരണബോധം, ധൈര്യം, ഐക്യം, സ്നേഹം, സഹനം എന്നിവ അവർക്ക് ലഭ്യമാവുന്നില്ല. കളി

ക്കളങ്ങൾ സജീവമാകണം. കായികവിദ്യാഭ്യാസത്തിന്റെ പ്രാധാന്യം അധികൃതർ തിരിച്ചറിയണം.

നാട്ടിൻപുറങ്ങളിലെ വരണ്ടുണങ്ങിയ നെൽപ്പാടങ്ങളിൽ കുമ്മായം വിതറി അതിരുകൾ നിർണയിച്ച കളിക്കളങ്ങൾ അന്യം നിന്നുപോയിരിക്കുന്നു. കായികമോഹങ്ങൾ വളർത്തിയെടുത്ത കളിയരങ്ങുകൾ ആവേശകരമാക്കാറുള്ള സായാഹ്നങ്ങൾ ഇന്ന് കാണാൻ കഴിയുന്നില്ല. കളിക്കാനും കളികാണാനുമായി ആബാലവൃദ്ധം ജനങ്ങളും സായാഹ്നങ്ങളിൽ ഒന്നിച്ചുകൂടുമായിരുന്നു. കളിയുടെ സംസ്കൃതിയിൽ നിന്ന് യുവാക്കൾ ഒഴിഞ്ഞുപോവുന്നു. കവലകളിലും ബസ് ഷെൽട്ടറുകളിലും താല്ക്കാലിക താവളങ്ങളുണ്ടാക്കുന്നു. പലപ്പോഴും പരിഹാസവേദികളും അക്രമത്തിന്റെ ആസൂത്രണ കേന്ദ്രങ്ങളുമായി ഇവ മാറിപ്പോകുന്നു.

കായികതാൽപര്യങ്ങൾ ഇന്ന് പുതുതലമുറയുടെ 'കണ്ണിൽ ഒതുങ്ങുന്നു'. അവ ദൃശ്യമാധ്യമങ്ങളിലെ കാഴ്ച മാത്രമായി തരംതാഴുന്നു. കോടികൾ വിഴുങ്ങുന്ന മേഖലയായി കായികലോകം മാറുന്നു.

ആഗോള വ്യാപാര ലോബികൾ മത്സരവേദികളെ വിലക്കെടുക്കുകയും അവരുടെ റിമോട്ട് കൺട്രോളിൽ കളിനിയമങ്ങൾപോലും ചലിച്ചു കൊണ്ടിരിക്കുകയും ചെയ്യുന്ന കായിക സംസ്കാരമാണ് നാം കണ്ടുകൊണ്ടിരിക്കുന്നത്. ഏറ്റവും വലിയ മുതൽമുടക്ക് ക്രിക്കറ്റ് കളിയിലാണ് ഒഴുകുന്നത്. ദേശീയ പതാകകൾ അവർ സാവധാനം താഴ്ത്തുന്നു. കളിക്കാരെ വൻതുകക്ക് വിലയ്ക്ക് വാങ്ങുകയും വൻ ചൂതാട്ടങ്ങളായി കളിക്കളങ്ങൾ മാറുകയും ചെയ്യുന്നു. വാതുവെപ്പുകാർ കളിക്കളങ്ങൾക്കകത്തും പുറത്തും കരുനീക്കങ്ങൾ നടത്തുന്നു. ഇവിടെ ദേശീയൈക്യവും അഭിവൃദ്ധിയും നാമറിയാതെ തകർന്നുപോവുകയാണ്.

കളികളിലൂടെ താരങ്ങളെ സൃഷ്ടിക്കുകയെന്ന വ്യാപാരലോകത്തിന്റെ കൂറും കണ്ണും, നാമറിയാതെ, മാധ്യമങ്ങൾ മത്സരിച്ച് നമ്മിലേക്ക് അടിച്ചേൽപ്പിക്കുന്നു. കളിക്കളങ്ങളിലെ കേമന്മാർ മാത്രമല്ല, കാണികളിലെ പ്രമുഖരും വാർത്തകളിൽ നിറഞ്ഞുനിൽക്കുന്നു. ഈ താരങ്ങൾ വ്യാപാര ലോകത്തിന്റെ ഉൽപന്നങ്ങളുടെ പ്രചാരകരായി നമ്മുടെ മുന്നിൽ നിറഞ്ഞുനിൽക്കുമ്പോഴാണ് ആഗോളഭീകരന്മാർ സംതൃപ്തരാകുന്നത്.

നമ്മുടെ കായികസംസ്കാരം കുട്ടികൾക്ക് ഇരുമ്പിന്റെ പേശികളും ഉരുക്കിന്റെ സിരകളും നൽകുന്നില്ല. അവർ അത്യന്തികമായി കളിക്കുന്നേയില്ല. കളികാണുക മാത്രമേ ചെയ്യുന്നുള്ളൂ. ദൃശ്യമാധ്യമങ്ങളുടെ മുന്നിലിരുന്ന് ഓരോ ദിവസവും ചെലവഴിക്കുന്ന മണിക്കൂറുകളുടെ ഫലശ്രുതി കാഴ്ചയിലെ വൈകല്യങ്ങളും അലസമാകുന്ന മസ്തിഷ്കങ്ങളും

തന്നെയാണ്.

നമുക്ക് കളിയെ സ്നേഹിക്കാം. കളിക്കളങ്ങളിലേക്ക് മടങ്ങാം. ഗ്രാമീണാന്തരീക്ഷത്തിലെ പഴയകാല ജനപ്രിയ കളികളെ പുനർജനിപ്പിക്കാം. നമ്മുടെ തനതായ കായികസംസ്കാരത്തെ നമുക്ക് വളർത്തിയെടുക്കാം.

(2009)

•

അറിവിന്റെ വാതായനങ്ങൾ

മാനവികതയിലേക്കുള്ള വിമോചനമാണ് വിദ്യാഭ്യാസത്തിന്റെ പരമമായ ലക്ഷ്യം. ജീവിതാവകാശങ്ങൾ നിഷേധിക്കുന്ന എല്ലാ സാമൂഹിക സാഹചര്യങ്ങളെയും ഇല്ലായ്മ ചെയ്തുകൊണ്ട് നന്മയിലേക്കുള്ള സ്വാതന്ത്ര്യമാണ് വിദ്യാഭ്യാസത്തിലൂടെ നേടേണ്ടത്. ഇരുപതാം നൂറ്റാണ്ടിന്റെ മധ്യ ദശകങ്ങളിൽ കേരളീയ ഗ്രാമങ്ങളിൽ പുതിയൊരു മാറ്റം ദൃശ്യമായി. വരേണ്യ വർഗ്ഗത്തിന്റെ മാത്രം കുത്തകയായിരുന്ന വിദ്യാഭ്യാസം സാർവ്വത്രികമായപ്പോൾ സമൂഹത്തിന്റെ കണ്ണുകളിലാണ് പുതിയ വെളിച്ചം വന്നെത്തിയത്. സാമൂഹിക വികസന പ്രക്രിയയുടെ അനിവാര്യ ഘടകങ്ങളിലൊന്നാണ് വിദ്യാഭ്യാസം എന്ന് കേരളീയ മനസ്സ് തിരിച്ചറിയുകയായിരുന്നു. വേദപാഠശാലകളിലും സഭാമഠങ്ങളിലും പഠന മാധ്യമം സംസ്കൃതമായിരുന്നു. പഠനം സാധാരണ ജനങ്ങൾക്ക് അപ്രാപ്യമായിരുന്ന കാലം സംസ്കൃതത്തിലൂടെ ജ്ഞാനം നേടാൻ ബ്രാഹ്മണർക്കും അമ്പലവാസി വിഭാഗത്തിൽപ്പെട്ട മറ്റ് ഉന്നതകുലജാതർക്കും മാത്രം അവസരമുണ്ടായി.

നവോത്ഥാന ശിൽപികളുടെയും സാമൂഹ്യപരിഷ്കർത്താക്കളുടെയും ചിന്തകളും പ്രവർത്തനങ്ങളും കേരളത്തിൽ സജീവമായി. എഴുത്ത്പള്ളിക്കൂടങ്ങൾ, ഗുരുകുല സമ്പ്രദായങ്ങൾ, ഓത്തുപള്ളിക്കൂടങ്ങൾ, മിഷണറി പ്രവർത്തനങ്ങൾ എന്നിവ മലബാറിൽ സാർവ്വത്രികമായി. നിഷകളങ്കരായ കുഞ്ഞുമനസ്സുകളിൽ നിന്നും മുതിർന്നവർ തരം തിരിച്ചു വെച്ച എല്ലാ വിഭാഗീയ ചിന്തകളെയും തുടച്ചു മാറ്റി നിർമ്മല മനസ്കരായ ജനസമൂഹത്തെ വളർത്തിയെടുക്കുന്നതിനുള്ള പ്രാരംഭ പ്രസ്ഥാനങ്ങളായി നമ്മുടെ പൊതുവിദ്യാലയങ്ങൾ മാറി വന്നു.

നാടിന്റെ സംസ്കൃതിയോട് ഇഴ ചേർന്നു നിൽക്കുന്നവയാണ് നമ്മുടെ പൊതു വിദ്യാലയങ്ങൾ. ജനിച്ചുവീണ ഭൂമികയുടെ പൈതൃകവും പ്രകൃതിയുടെ നൈരന്തര്യവും കുട്ടികൾക്ക് തിരിച്ചറിയാൻ കഴിയണം. അതിന് മാതൃഭാഷാപഠനം അത്യന്താപേക്ഷിതമാണെന്ന് ആധുനിക മനഃശാസ്ത്രജ്ഞൻമാർ നമ്മെ ഓർമ്മിപ്പിക്കുന്നു.

“ഒരു രാജ്യത്തിന്റെ ചിരന്തനമായ സംസ്കാരം കുഞ്ഞുങ്ങളിലേക്ക് പകർന്നു ചെല്ലേണ്ടത് അവരുടെ മാതൃഭാഷയിൽ കൂടി വേണം. അതിന് മുമ്പായി അന്യഭാഷകൾക്ക് മാതൃഭാഷയുടെ സ്ഥാനം കുഞ്ഞിന്റെ മനസ്സിൽ ഉണ്ടാക്കുന്നത് ആ കുഞ്ഞിനോട് എന്നെന്നേക്കുമായി കാണിക്കുന്ന ഒരു ദ്രോഹമായി തീരും.”

ഗുരുനിത്യചൈതന്യയതിയുടെ വാക്കുകളാണിവ. വിദേശ യൂണിവേഴ്സിറ്റികളിൽ വിസിറ്റിങ് പ്രഫസറായി മനഃശാസ്ത്രപഠനങ്ങൾക്ക് നേതൃത്വം നല്കിയ പ്രമുഖ മനീഷികളിലൊരാളായ ഗുരുവിന്റെ ഈ അഭിപ്രായങ്ങൾ സമഗ്രമായ പഠനങ്ങളിൽ നിന്നും അനുഭവത്തിൽ നിന്നും രൂപപ്പെട്ട ആശയം തന്നെയാണ്.

മാതൃഭാഷയെ നിരാകരിച്ചുകൊണ്ട് ഇംഗ്ലീഷ് പഠനത്തിന്റെ മായികവലയത്തിൽ മുതിർന്നവർ അറിയാതെ വീണുപോവുകയാണ്. ജ്ഞാനവിനിമയം സംസ്കൃത ഭാഷയിലൂടെ മാത്രം എന്ന് കരുതിയ വരേണ്യവർഗ്ഗ ചിന്ത ഇന്ന് ഇംഗ്ലീഷ് ഭാഷയിലേക്ക് അടിച്ചേൽപ്പിച്ചിരിക്കുന്നു. സ്വയം അന്യവൽക്കരിച്ച് സമൂഹത്തിന്റെ ഉപരിതലത്തിൽ മാത്രം ഒഴുകാൻ പ്രേരണ നൽകുന്ന പുതിയ കാഴ്ചപ്പാടാണ് ഇംഗ്ലീഷ് ഭാഷയെ അമിതമായി പ്രണയിക്കുന്നവരുടെ മനസ്സിലിരിപ്പ്. നവീനവും മനഃശാസ്ത്രപരവുമായ സമീപനങ്ങളിലൂടെ ത്രിഭാഷപഠനങ്ങൾക്ക് പൊതു വിദ്യാലയങ്ങളിൽ ഏറെ പ്രാധാന്യം നൽകിവരുന്ന കാര്യം അവർ വിസ്മരിക്കുന്നു.

കമ്പോള ലോകവും പരസ്യ ലോകവും ചേർന്ന് സാമൂഹ്യ ജീവിതത്തിൽ വിള്ളൽ വീഴ്ത്തുകയാണ്. അതിൽ ആദ്യത്തെ പ്രവർത്തനങ്ങളിലൊന്ന് നവതലമുറയിലെ കുഞ്ഞുങ്ങളെ പലതട്ടുകളിലായി തരംതിരിക്കുക എന്നതാണ്. ജാതിചിന്തകൾക്കുപരിയായി കുട്ടികളിൽ സ്നേഹവും സൗഹൃദവും വളർത്താൻ പൊതു വിദ്യാലയങ്ങൾക്കുള്ള സ്ഥാനം നാം തിരിച്ചറിയേണ്ടതായിട്ടുണ്ട്.

വിദ്യാലയങ്ങളിലെ പഠനപ്രവർത്തനങ്ങൾ മാറിവരികയാണ്, ക്ലാസ് മുറികളിൽ പുതിയ പഠനപ്രക്രിയകൾ സജീവമാകുന്നു. സാമ്പ്രദായിക ക്ലാസിൽ അധ്യാപകൻ എന്ന വിവരദാതാവിൽ നിന്ന് ലഭിക്കുന്ന അറിവ് ഒരു വഴിയിലൂടെ മാത്രമാണ് ഒഴുകുന്നത്. ഇപ്പോൾ ജ്ഞാനവിനിമയത്തിന് പുതിയ വഴികൾ കണ്ടെത്തിയിരിക്കുന്നു. സഹവർത്തിത ക്ലാസുകൾ കുട്ടികളുടെ സർഗശേഷികളുടെ വളർച്ചയ്ക്ക് അനുഗുണമായി മാറി വന്നിരിക്കുന്നു. സഹവർത്തിത ക്ലാസുകളിൽ അറിവിന്റെ പങ്കുവെക്കലാണ് നടക്കുന്നത് പഠിതാക്കളുടെ മുന്നറിവ്, വ്യക്തിപരമായ അനുഭവങ്ങൾ, ഭാഷാതന്ത്രങ്ങൾ, സംസ്കാരം എന്നിവയെ ചിട്ടപ്പെടുത്തി അധ്യാ

പകരുടെ അറിവ് കൂട്ടിച്ചേർക്കുകയും ചെയ്ത് ഉന്നതമായ ജ്ഞാനത്തിലേക്ക് കുട്ടികളെ എത്തിക്കുവാനാണ് പുതിയ ശ്രമം.

"അധ്യാപകന്റെ യാഥാർത്ഥമൂല്യം കിടക്കുന്നത് ഭാവനയിലേക്കും സ്വതന്ത്രചിന്തയിലേക്കും കുട്ടിയുടെ മനസ്സിനെ ചലനാത്മകമാക്കുന്നതിലാണ്" - എന്ന് രവീന്ദ്രനാഥടാഗോർ പറഞ്ഞു. പാഠ്യപദ്ധതി ലക്ഷ്യമിടുന്ന ശേഷികൾ ആർജ്ജിക്കുന്ന പുതിയ അനുഭവങ്ങൾ ക്ലാസുമുറികളിൽ നിന്ന് നമ്മുടെ കുട്ടികൾക്ക് ലഭ്യമാവണം.

ഭാഷാപഠനവും സർഗ്ഗാത്മക പ്രവർത്തനങ്ങളും വിദ്യാലയങ്ങളിൽ ഏറെ സജീവമായിരിക്കുന്നു. മികച്ച വായനാനുഭവങ്ങൾ നൽകാൻ വിദ്യാലയ ലൈബ്രറികൾ തുറന്നു പ്രവർത്തിക്കുന്നു. അന്വേഷണാത്മക പഠനങ്ങൾക്ക് അനുസൃതമായ റഫറൻസ് സൗകര്യം സ്ക്കൂൾ ലൈബ്രറികളിൽ ലഭ്യമല്ല എന്ന ദുഃഖകരമായ സത്യം നാം തിരിച്ചറിയണം. ശാസ്ത്ര സാങ്കേതിക രംഗത്തെ നൂതന മാറ്റങ്ങൾ ഉൾക്കൊണ്ടു തന്നെ സി.ഡി.ലൈബ്രറികളും എൽ.സി.ഡി.പ്രോജക്ടറുകളും ചില വിദ്യാലയങ്ങളിൽ സജീവമായി ഉപയോഗിച്ചു വരുന്നു. കുട്ടികൾ നല്ല വായനക്കാരും എഴുത്തുകാരും നിരീക്ഷകരും വിമർശകരുമായി മാറുന്നു എന്ന് പുതിയ അനുഭവങ്ങൾ സാക്ഷ്യപ്പെടുത്തുന്നു.

സർഗാത്മക രചനാരംഗത്ത് പ്രതിഭ തെളിയിച്ച ധാരാളം കുട്ടികൾ ഇന്ന് പൊതുവിദ്യാഭ്യാസ രംഗത്ത് തലയുയർത്തി നിൽക്കുന്നുണ്ട്.

കുട്ടികളുടെ ജന്മസിദ്ധമായ കഴിവുകളും അവരുടെ പ്രകൃതവും തിരിച്ചറിയാൻ കഴിവുള്ള അധ്യാപകന് പഠനപ്രവർത്തനങ്ങളിൽ പുതിയ ദിശാബോധം സൃഷ്ടിക്കാൻ കഴിയും. മാതൃഭാഷാപഠനം മൂല്യബോധനം എന്നിവയ്ക്ക് പ്രാധാന്യം നൽകുന്ന പഠനരീതി നമ്മുടെ വിദ്യാലയങ്ങളുടെ വിശുദ്ധി കാത്ത് സൂക്ഷിക്കുമെന്ന കാര്യത്തിൽ സംശയമില്ല.

(വിദ്യാരംഗം 2009)

•

വായനയുടെ പുതിയ മുഖം, എഴുത്തിന്റെയും

പൊതുവിദ്യാഭ്യാസ വകുപ്പ് 1996 ൽ ആരംഭിച്ച വിദ്യാരംഗം കലാ സാഹിത്യ വേദി വിദ്യാലയാന്തരീക്ഷത്തിൽ നവീന ചിന്തകൾ വളർത്തിയിട്ടുണ്ട്. കലാസാഹിത്യപ്രവർത്തനങ്ങൾക്കും സർഗാത്മ കരചനകൾക്കും പഠനങ്ങൾക്കും അരങ്ങൊരുക്കുകയാണ് വിദ്യാരംഗം കലാസാഹിത്യവേദിയുടെ ലക്ഷ്യം. ആലക്ഷ്യത്തിലേക്ക് സജീവമായി മാറുകയാണ് സമീപകാല പ്രവർത്തനങ്ങൾ.

കുട്ടികളുടെ ശിൽപശാലകളിൽ പങ്കെടുക്കുമ്പോൾ അനുഭവപ്പെട്ട ചില കാര്യങ്ങൾ പരാമർശവിധേയമാക്കണമെന്ന് കരുതുകയാണ്. ആഴത്തിലുള്ള വായന കുറഞ്ഞുവരുന്നു. ലോക ക്ലാസിക്കുകൾ കുട്ടികൾ പഴയതുപോലെ വായിക്കുന്നില്ല എന്നതാണ് സത്യം. നവമാധ്യമങ്ങളിലെ അതിവേഗവായനയുടെ മുന്നിൽ സർഗ്ഗാത്മക താല്പര്യം അടിയറ വയ്ക്കുന്നു പുസ്തകകുറിപ്പുകളും ബ്ലർബുകളും വായിച്ച് സാഹിത്യം ആസ്വദിക്കുന്നു ലൈക്കുകൾ അടിച്ച് സംതൃപ്തിയടയുന്നു. ദീർഘമായ വായനക്കും പുനർവായനക്കും സംവാദങ്ങൾക്കും അവസരം ഉണ്ടാകുമ്പോൾ മാത്രമേ പുസ്തകം വായനക്കാരിലേക്ക് സംക്രമിക്കുന്നുള്ളൂ.

ലോകപ്രശസ്ത എഴുത്തുകാരനായിരുന്ന ലിയോ ടോൾസ്റ്റോയിയുടെ ഒരു വചനമുണ്ട്. എനിക്ക് ജീവിതത്തിൽ മൂന്ന് സാധനങ്ങളേ വേണ്ടൂ. അവ പുസ്തകങ്ങൾ, പുസ്തകങ്ങൾ, പുസ്തകങ്ങൾ മാത്രം. എച്ച്. ജി. വെൽസ് എന്ന എഴുത്തുകാരനും ചിന്തകനും പറഞ്ഞത് അതിലേറെ ശ്രദ്ധേയമായ കാര്യമാണ്. കുറഞ്ഞത് ആയിരം പുസ്തകങ്ങളെങ്കിലും ഇല്ലാത്ത വിദ്യാലയം വിദ്യാലയമേ അല്ല. മരുന്നുകളില്ലാത്ത ചികിത്സാലയം പോലെ, കലവറയില്ലാത്ത അടുക്കള പോലെയാണത്. ഒരു നൂറ്റാണ്ടിന്റെ പഴക്കമേ ഈ വചനങ്ങൾക്കുള്ളൂ. അന്നത്തെ വായന പുസ്തകങ്ങളിലൂടെ മാത്ര

മായിരുന്നു. വെളുത്ത കടലാസിൽ അടിച്ചുവെച്ച കറുത്ത അക്ഷരങ്ങൾ വിജ്ഞാനത്തിന്റെ അഗാധമായ ആഴം കാണിച്ചു തന്നു. നവലോക നിർമ്മിതിക്കായുള്ള പടവാളായി അക്ഷരങ്ങൾ മാറി. ലോകത്തിന്റെ അജ്ഞാതമായ ഇടങ്ങളിലേക്ക് മനഃ കൽപിത സഞ്ചാരം നടത്താൻ ഗ്രന്ഥങ്ങൾ സഹായകമായി.

വർത്തമാനകാല വായനക്കു പുതിയമുഖമാണുള്ളത്. അത് ഇന്റർനെറ്റിന്റെയും ബ്ലോഗിന്റെയും ഇൻഫർമേഷൻ സൂപ്പർ ഹൈവേയുടെയും രൂപത്തിൽ കൈവിരൽ സ്പർശത്തിൽ തെളിഞ്ഞുവരുന്ന ലോകം. ടെലിവിഷന്റെ മായികലോകത്തു നിന്ന് അനാവരണം ചെയ്യുന്ന അറിവിന്റെ വിവിധ മേഖലകൾ. കുട്ടികളെ അതിവേഗം സ്വാധീനിക്കുന്ന നവമാധ്യമങ്ങൾ ആയി ഇലക്ട്രോണിക് മീഡിയകൾ മാറുന്നു. കാരണം പുസ്തകവായന അധ്വാനമുള്ള കാര്യമാണ്. കണ്ണും മസ്തിഷ്കവും ഒരുപോലെ അതിൽ മുഴുകണം. വായനയിലൂടെ ലഭിക്കുന്ന അനുഭവലോകം വായനക്കാരെ പുനഃസൃഷ്ടിക്ക് വിധേയമാക്കും. ഇലക്ട്രോണിക്ക് മാധ്യമങ്ങളിലെ സ്ക്രീനിൽ അതിവേഗത്തിൽ മിന്നിമായുന്ന അക്ഷരങ്ങൾ നമ്മുടെ മസ്തിഷ്കത്തിന് അതിവേഗം പിടിച്ചെടുക്കാൻ കഴിയില്ല എന്ന് അഭിജ്ഞർ പറയുന്നു. കൂടുതൽ പഠനങ്ങൾ ഈ മേഖലയിൽ ഉണ്ടാവണം.

ക്ലാസ് മുറികളിൽ നിന്ന് പാഠപുസ്തകങ്ങൾ ഒഴിവാക്കപ്പെടുകയാണ്. ഡിജിറ്റൽ പാഠപുസ്തകങ്ങൾ സാർവ്വത്രികമാവുകയാണ്. വിവര സാങ്കേതികവിദ്യയുടെ സാധ്യതകൾ പരമാവധി ഉപയോഗിച്ചു കൊണ്ട് പാഠപുസ്തകങ്ങൾ ഡിജിറ്റൽ ആവുകയും പഠനരീതികളിൽ കമ്പ്യൂട്ടറിന്റെ സ്വാധീനം വർദ്ധിക്കുകയും ചെയ്യും. ഒമ്പത്, പത്ത്, പ്ലസ് വൺ ക്ലാസുകളിലാണ് ആദ്യത്തെ ഡിജിറ്റൽ പാഠപുസ്തകങ്ങൾ എത്തുന്നത്.

ശാസ്ത്രസാങ്കേതിക മേഖല വളർത്തിയെടുത്ത വിജ്ഞാന വിസ്ഫോടനത്തിന്റെ യുഗത്തിലാണ് നാം ജീവിക്കുന്നത്. കമ്പ്യൂട്ടർ ടെക്നോളജിയും ഇന്റർനെറ്റും ബ്ലോഗും ഇൻഫർമേഷൻ സൂപ്പർ ഹൈവേയും സജീവമായ കാലത്ത് അച്ചടി പുസ്തകങ്ങളുടെ പ്രാധാന്യം നഷ്ടപ്പെടുകയാണോ? വരും കാലത്തെ ലൈബ്രറികൾ കടലാസ് രഹിത ലൈബ്രറിയായി മാറുമോ? വിദേശങ്ങളിൽ നിന്ന് ശുഭസൂചനകൾ വന്നുകൊണ്ടിരിക്കുന്നു. ഇലക്ട്രോണിക്ക് മാധ്യമങ്ങളിൽ അഭിരമിച്ചിരിക്കുന്ന ന്യൂ ജനറേഷൻ പ്രതിഭകൾ പുസ്തകവായനയിലേക്ക് മടങ്ങുന്നു എന്നുള്ളതാണ്. പുസ്തകങ്ങൾ ആ

ശയപരമായി മികവുള്ളതായി മാറണം. പുതിയ ഭാവുകത്വം പ്രദാനം ചെയ്യുന്നതാകണം. അപ്പോൾ വായനക്കാർ പുസ്തകത്തെ പ്രണയിച്ച് കൊള്ളും.

എഴുത്തുകാരുടെയും പ്രസാധകരുടെയും കണ്ണ് തുറപ്പിക്കാൻ വേണ്ട ആശയമാണിത്. ചരിത്രം കരുതി വെച്ച വിസ്മയങ്ങൾ. വിവിധ ചിന്താധാരകൾ, ജീവിതാനുഭവങ്ങൾ, പിന്നിട്ട വഴികളിലെ പ്രതിസന്ധികൾ, നവോത്ഥാനത്തിന്റെ ദർശനങ്ങൾ എല്ലാം സംഭരിച്ചുവെച്ച പേടകങ്ങളാണ് പുസ്തകങ്ങൾ. വായനയെക്കുറിച്ചും ലൈബ്രറി ഉപയോഗത്തെക്കുറിച്ചും പൊതുപരിശീലനം ആവശ്യമാണ്. സംവാദങ്ങൾ നടക്കണം. കേരളത്തിലെ സാമൂഹ്യാന്തരീക്ഷം അതിവേഗം മാറ്റി മറിച്ച അക്ഷര വിപ്ലവമായിരുന്നു ഗ്രന്ഥശാലാ പ്രസ്ഥാനം. എല്ലാ ഗ്രാമങ്ങളിലും നഗരങ്ങളിലും അക്ഷരപ്പുരകൾ വന്നു. വായനാസമൂഹം ആശയസംവാദങ്ങൾ നടത്തി. ലോകത്തിന്റെ അജ്ഞാതമേഖലകളിലൂടെ തീർത്ഥയാത്ര നടത്താൻ ഗ്രന്ഥങ്ങൾ സഹായകമായി.

ഓരോ ഗ്രാമത്തിലെയും ഗ്രന്ഥശാലകളിലെ പഴയ പൊടിപിടിച്ച ഷെൽഫിനുള്ളിൽ എത്രമാത്രം ഗ്രന്ഥങ്ങളാണ് മൗനത്തിന്റെ മാറാലകളിൽ തപസ്സിരിക്കുന്നത്. വില്യം ഷെയ്ക്സ്പിയറും മാക്ം-സിം ഗോർക്കിയും അൽബേർ കമ്യൂവും ഗാർസിയ മാർക്കേസും പൗലോ കൊയ്ലോയും രവീന്ദ്രനാഥടാഗോറും ഒവി വിജയനും മാധവിക്കുട്ടിയും അക്കൂട്ടത്തിലുണ്ട്. അത് ഉപയോഗപ്പെടുത്താൻ നവതലമുറ തയ്യാറാവണം.

ഗ്രന്ഥശാലയിലെ ഷെൽഫിൽ നിന്നെടുക്കുന്ന പുസ്തകങ്ങൾക്ക് ഒരു പ്രത്യേകതയുണ്ട്. ധാരാളം മനുഷ്യർ ഉപയോഗിച്ച് തഴമ്പൂറ്റി മുഷിഞ്ഞ പേജുകൾ വായനക്കാർ തുറക്കുമ്പോൾ അവരിലേക്ക് സന്നിവേശിക്കുന്നത് ജൈവബന്ധത്തിന്റെ സുഗന്ധമാണ്. മാനവികസ്നേഹത്തിന്റെ ആ സുഗന്ധം നമ്മുടെ നാട്ടിൽ നിലനില്ക്കണം. അതിൽനിന്നാണ് നവയൗവ്വനത്തിന്റെ ഭാവനകളും സ്വപ്നങ്ങളും ഇതൾ വിടരുന്നത്.

നിലവിലുള്ള സാഹിത്യരചനകൾ നല്കിയ ഭാവുകത്വത്തിന്റെ തുടർച്ചയിൽ നിന്ന് വിട്ട് മാറി പുതിയലോകം എഴുത്തിലൂടെ കാഴ്ചവെക്കാൻ പ്രതിഭാശാലികളായ എഴുത്തുകാർക്ക് കഴിയണം. പുതിയ ചിന്തകളും ഭാവനകളും രചനകളിൽ പ്രകടമാവണം. സംവാദങ്ങളിലൂടെയും ആശയവിനിമയത്തിലൂടെയും സർഗാത്മകശേഷി

വർദ്ധിപ്പിക്കാൻ കുട്ടികൾക്ക് സാധ്യമാവണം. അതിനുള്ള മികച്ച വേദികളായി വിദ്യാരംഗം കലാസാഹിത്യവേദി പ്രവർത്തനങ്ങൾ മാറുമ്പോൾ കുട്ടികളുടെ ബഹുമുഖബുദ്ധിസവിശേഷതകൾ പ്രചോദിതമാവും.

(2016)

•

കലാപൂർണിമയുടെ അറുപതാണ്ടുകൾ

കേരളത്തിലെ വിദ്യാലയാന്തരീക്ഷത്തിൽ നവപ്രതിഭകളുടെ കലാവൈഭവങ്ങൾക്ക് അരങ്ങൊരുക്കുന്ന കലോത്സവം ആരംഭിച്ചിട്ട് അറുപതാണ്ടുകൾ കഴിഞ്ഞു. 1957 ജനവരി 24. ഏറണാകുളം എസ്.ആർ.വി. ഗേൾസ് ഹൈസ്കുളിലാണ് കേരളത്തിലെ സ്ക്കൂൾ കലോത്സവത്തിന് തിരശ്ശീല ഉയർന്നത്. അന്നത്തെ പൊതു വിദ്യാഭ്യാസ ഡയറക്ടർ സി. എസ്. വെങ്കടേശ്വര അയ്യർ ആയിരുന്നു നേതൃത്വം നല്കിയിരുന്നത്. ഏഷ്യയിലെ ഏറ്റവും വലിയ കലോത്സവമായി സ്കൂൾ കലോത്സവം മാറിയിട്ടുണ്ടെങ്കിൽ മുഴുവൻ പ്രശംസയും കേരളത്തിലെ വിദ്യാഭ്യാസവകുപ്പിനും പൊതു സമൂഹത്തിനും അർഹതപ്പെട്ടതാണ്.

കലോത്സവ വേദിയിൽ ഇരുന്നൂറ്റമ്പതോളം ഇനങ്ങളിലാണ് മാറ്റുരയ്ക്കുന്നത്. കൗമാരകലകൾ ഉന്മീലനം ചെയ്യപ്പെടുന്ന അരങ്ങുകൾ. കേരളത്തനിമയാർന്ന കലകളിൽ പലതും നശിച്ചു പോകാതെ നിലനില്ക്കുന്നുണ്ടെങ്കിൽ അതിന് സ്ക്കൂൾ കലോത്സവത്തോട് നാം കടപ്പെട്ടിരിക്കുന്നു. മലയാളിയുടെ കലാഭിരുചിയുടെ വിവിധയിടങ്ങൾ കുട്ടിക്കാലത്ത് തന്നെ നമ്മുടെ വിദ്യാർത്ഥികൾക്ക് പരിചിതമാവുന്നു എന്നതാണ് വലിയ നേട്ടം.

നൃത്തവും സംഗീതവും ചിത്രകലയും പരമ്പരാഗത കലകളും നിരന്തരം പരിശീലനം നേടിയാലേ അരങ്ങിൽ തെളിയാൻ കഴിയുകയുള്ളൂ. ശാസ്ത്രീയമായ പഠനം അനിവാര്യമാണ്. അത്തരം കലാപരിശീലനം നൽകുന്ന കേന്ദ്രങ്ങൾ നാട്ടിൽ ധാരാളമുണ്ട്. മികച്ച കലാപ്രതിഭകളാണ് അവയ്ക്ക് നേതൃത്വം നല്കുന്നത്. വിദ്യാലയ തലം മുതലുള്ള മത്സര വേദികളിൽ ഇടപെടുന്ന കലാകാരന്മാർ നിരവധിയാണ്. കലാപ്രവർത്തനം ജീവിതോപാധിയായി സ്വീകരിക്കാനുള്ള ആത്മവിശ്വാസം കലാപ്രവർത്തകർക്ക് നൽകുന്നതിന് സ്ക്കൂൾ കലോത്സവങ്ങൾക്ക് വലിയ പങ്കുണ്ട്.

സ്ക്കൂൾ കലോത്സവ വേദിയിലൂടെയാണ് കേരളത്തിലെ പ്രശസ്തരായ കലാകാരന്മാരിൽ ഭൂരിപക്ഷം പേരും വളർന്നുവന്നത്. ഗാനഗ

സ്ഡർവ്വൻ യേശുദാസ്, ജയചന്ദ്രൻ തുടങ്ങിയ സംഗീത പ്രതിഭകൾ തങ്ങളുടെ സ്ക്കൂൾ കലോത്സവ വേദിയിലെ അനുഭവങ്ങൾ പലപ്പോഴും അനുസ്മരിക്കാറുണ്ട്. ചലച്ചിത്ര മേഖലയിൽ പ്രവർത്തിക്കുന്ന ഭൂരിപക്ഷം പേരുടെയും ആദ്യകാല കളരികൾ സ്കൂൾ കലോത്സവവേദികൾ തന്നെയെന്ന് അവർ സാക്ഷ്യപ്പെടുത്തുന്നു. എന്നാൽ മറ്റൊരു മറുവശം കൂടിയുണ്ട്. കലോത്സവവേദികളിൽ മികവ് പുലർത്തിയ പലരും പിന്നീട് തങ്ങളുടെ കലാപ്രവർത്തനങ്ങൾ തുടരുന്നില്ല എന്നത് ദുഃഖകരമാണ്.

സ്ക്കൂൾ കലോത്സവ വേദികളിൽ സർഗാത്മകരചനകളുടെ മത്സരങ്ങൾ നിശബ്ദമായ തരംഗമാണ് സൃഷ്ടിക്കാറുള്ളത്. നവതലമുറയിലെ പ്രതിഭാധനരായ കൂട്ടുകാരുടെ വിസ്മയകരമായ സ്വപ്നങ്ങളും ഭാവനകളും വിധികർത്താക്കളുടെ വായനാനുഭവങ്ങളിൽ മാത്രം നിഴലിക്കുന്ന കൗതുകമായി അവശേഷിക്കുന്നു. അത്തരം രചനകളിൽ ഭൂരിപക്ഷവും പുറംലോകം കാണാതെ അടച്ചുവെച്ച ഫയലുകളിൽ അടയിരിക്കും. ഒന്നോ രണ്ടോ മാസങ്ങൾ സൂക്ഷിക്കുന്നവ അതിവേഗം ചവറ്റുകൊട്ടയിലേക്ക് മാറ്റുകയാണ് പതിവ്. കൗമാരപ്രതിഭകളുടെ ഭാവനകളും സ്വപ്നങ്ങളും ഇതൾ വിരിയുന്ന രചനകൾ നമ്മുടെ വായനാലോകത്തിന് ലഭിക്കണം. നവഭാവുകത്വത്തിന്റെ ഒളിമിന്നൽ പ്രകടമാവുന്ന രചനകൾ സാഹിത്യ ലോകത്തിന് ലഭിക്കുന്ന അപൂർവ ഉപലബ്ധിയായി മാറണം. ഓരോ വർഷവും ജില്ലാ സംസ്ഥാന തലത്തിൽ ലഭിക്കുന്ന മികച്ച രചനകൾ ക്രോഡീകരിച്ച് പുസ്തകമായി മാറണം. വരും വർഷങ്ങളിൽ മത്സരത്തിൽ പങ്കെടുക്കുന്ന കുട്ടികൾക്കും അത് ഉപകാരപ്രദമായി മാറും.

കഥ, കവിത, ഉപന്യാസം. ചിത്രം എന്നിവ പുസ്തകങ്ങളിൽ ഉൾപ്പെടുത്താം. വിദ്യാഭ്യാസ അധികൃതരോ സംസ്ഥാന കലോത്സവത്തിന് നേതൃത്വം നല്കിയ സംഘാടക സമിതി യോ അക്കാദമികളോ അതിന് നേതൃത്വം നല്കണം. കലോത്സവ മാന്വലിൽ തന്നെ അത്തരമൊരു നിർദ്ദേശം വരണം. കൗമാരപ്രതിഭകളുടെ ഭാവനകളും സ്വപ്നങ്ങളും വിടരുന്ന നവീന കാഴ്ചപ്പാടുകൾ വിനിമയം ചെയ്യുന്ന അപൂർവ കൃതിയായി അത് മാറും.

അറുപത് വർഷത്തിനിടയിൽ കാലോചിതമായ ധാരാളം പരിഷ്കാരങ്ങൾ വന്നു. കലാസാഹിത്യ പ്രവർത്തനങ്ങളിലൂടെ വിദ്യാർത്ഥികൾ നേടുന്ന നൈപുണികളെക്കുറിച്ചോ ആശയ സംവേദനത്തിന്റെ സാധ്യതകളെക്കുറിച്ചോ വിദ്യാഭ്യാസമേഖല അധികം ചർച്ച ചെയ്യപ്പെടാറില്ല. രംഗവേദികളിലെ പ്രഥമസ്ഥാനത്തേക്കുറിച്ചുള്ള വാദങ്ങളും വിവാദങ്ങളും ആണ് ഓരോ കലോത്സവവും കഴിഞ്ഞാലുള്ള ബാക്കിപത്രം. വിധിനിർണ്ണ

യത്തിലെ ദുഷ്പ്രവണതകൾ പൂർണമായും ഇല്ലാതാക്കാൻ വിദ്യാഭ്യാസ വകുപ്പിന് കഴിയണം. അപ്പീലും കോടതി വിധിയും ഇല്ലാത്ത കലോത്സവങ്ങൾ ഇനി എന്നാണ് വരിക. മത്സരാർത്ഥികൾ തമ്മിലുള്ള സ്പർദ്ധയും എതിരാളിയാണെന്ന മനോഭാവവും വളരാൻ അവസരം നൽകരുത്. സമ്യക്കായ മത്സരത്തിൽ മികച്ചത് അംഗീകാരം നേടും എന്ന് കുട്ടികൾക്ക് ബോധ്യമാകണം. കലോത്സവ വേദികളിൽ നിന്ന് യഥാർത്ഥ പ്രതിഭകൾ വളർന്നു വരട്ടെ. ഞാൻ, എന്റേത് എന്ന് മാത്രമുള്ള വിചാരം കലാപ്രവർത്തകരുടെ മനസ്സിൽ നിന്ന് മായട്ടെ.

•

പാഠം മൂന്ന്

വായന

A thousand words will not leave so deep an impression as one deed

- Henrik Ibsen

കലയുടെ പരിപ്രേക്ഷണം

“കരയും കടലും ഞങ്ങൾക്കെന്നപോലെ
നിങ്ങൾക്ക് വേണ്ടിയും തുളുമ്പും....
നർത്തകരും ഗായകരും ഓടക്കുഴലൂതുന്നവരും
ആ വഴി വരും.
സ്വപ്നങ്ങൾക്കൊണ്ട് നെയ്തെടുത്തതെങ്കിലും
അവർകൊണ്ടുവരുന്നതൊക്കെയും
നിന്റെ ആത്മാവിന് ഭക്ഷണവും വസ്ത്രവും
- ഖലീൽ ജിബ്രാൻ (പ്രവാചകൻ എന്ന ഗ്രന്ഥത്തിൽ)

പ്രകൃതിയുടെ നൈരന്തര്യം ആവർത്തിച്ചു കൊണ്ടേയിരിക്കുന്നു. കാടും കടലും പകലും രാത്രിയും ഉദയവും അസ്തമയവും ജീവജാലങ്ങളും മനുഷ്യമനസ്സിൽ സൃഷ്ടിക്കുന്ന അപൂർവ്വാനുഭവങ്ങളുടെ അനിർവ്വചനീയമായ അനുഭൂതിയാണ് കല. “ലോകത്തിൽ ജീവജാലങ്ങൾ ഉള്ളിടത്തോളം കാലം ശ്വാശ്വതമായിരിക്കുന്ന ഒരു പ്രതിഭാസമാണ് കല” എന്നാണ് പ്രശസ്ത മനഃശാസ്ത്രജ്ഞനായ ഫ്രോയ്ഡ് വിശേഷിപ്പിച്ചത്.

കലയുടെ വിവിധ രൂപങ്ങൾ കാലം ചെല്ലുന്തോറും മാറിവരുന്നു. ആവിഷ്ക്കരണ രീതിയിലും അനുഭവങ്ങളിലും അവ വ്യതിയാനങ്ങൾ സൃഷ്ടിക്കുന്നു. ആവിഷ്കാരത്തിന്റെ വൈവിധ്യംപോലെ സ്വീകാര്യതയുടെ വൈകാരിക ഭാവവും വ്യത്യസ്തമാണ്.

കല നിരന്തരമാറ്റത്തിന് വിധേയമായിക്കൊണ്ടിരിക്കും. പഴയതിനെ നിരാകരിച്ച് പുതിയവ സൃഷ്ടിക്കുകയെന്നത് കലാവിഷ്കരണത്തിലെ നൂതനത്വം തന്നെയാണ്. അവയെ കാലം അംഗീകരിച്ചുകൊണ്ടിരിക്കും.

അസ്തമയ സൂര്യന്റെ സൗന്ദര്യം നിരീക്ഷിക്കുന്ന മനുഷ്യരുടെ അനുഭൂതികൾ വ്യത്യസ്തങ്ങളാണ്. ചിത്രകൗതുകം നിറഞ്ഞു നിൽക്കുന്ന മനുഷ്യന്റെ മനസ്സ് ചിത്രം വരയാനുള്ള ക്യാൻവാസായി രൂപാന്തരപ്പെടും. കവിയുടെ മനസ്സിൽ കാവ്യരചനയുടെ പ്രചോദനമാകും. പ്രകാശ

കിരണങ്ങളുടെ പ്രതിഫലനത്തിലൂടെ ലഭിച്ച വർണ്ണവ്യതിയാനമാണ് ശാസ്ത്രകാരന്റെ ചിന്തയിൽ ഉണർന്നുവരുന്നത്. ജീവജാലങ്ങളിൽ ഓരോ ദൃശ്യബോധവും വളർത്തുന്ന വൈകാരികാനുഭൂതികളും മാന സിക ഭാവങ്ങളും വ്യതിരിക്തമാണ്. കലാസ്വാദനത്തിന്റെ മൂല്യദർശനം മുകളിലുദ്ധരിച്ച ഉദാഹരണത്തിലൂടെ ടാഗോർ വ്യക്തമാക്കുന്നു.

കുട്ടികളുടെ ജിജ്ഞാസകൾ കത്തിജ്ജ്വലിക്കുന്ന ശൈശവ കൗമാര കാലങ്ങളിൽ വൈകാരിക ഭാവത്തെ പ്രചോദിപ്പിക്കുന്നതിന് കലയും സാഹിത്യവും കുട്ടികൾക്ക് നൽകുന്ന അനുഭവങ്ങൾ വളരെ വലുതാ ണ്. മനുഷ്യന്റെ ആത്മസത്തയുടെ വികാസമാണ് അത്തരം അപൂർവ്വാ വസരങ്ങൾ പകർന്നു നൽകുന്നത്. ആത്മസത്തയുടെ ആവിഷ്കരണം തന്നെയാണ് ഓരോ സൃഷ്ടിയും.

രംഗവേദികളിലെ പ്രഥമസ്ഥാനത്തെക്കുറിച്ചുള്ള പരാതികളും പരി ദേവനങ്ങളും നമുക്ക് വിസ്മരിക്കാം. സമൂഹവും പ്രകൃതിയും നമ്മുടെ മേൽ അടിച്ചേൽപ്പിക്കുന്ന ആത്മവൈശിഷ്ട്യം പ്രകടമാക്കുന്ന ആവിഷ്ക രണം മാത്രമാണ് കലാവതരണത്തിലെ ആത്യന്തിക ലക്ഷ്യം എന്ന് നാം മനസ്സിലാക്കുക.

'മനുഷ്യന്റെ യഥാർത്ഥ' ലോകം കെട്ടിപ്പടുക്കുവാൻ, സജീവമായ സത്യസൗന്ദര്യങ്ങളുടെ ലോകം നിർമ്മിക്കുവാൻ കലയ്ക്ക് കടമയുണ്ട്." എന്ന രവീന്ദ്രനാഥ ടാഗോറിന്റെ വാക്കുകൾ ഓർമ്മിക്കുകയാണ് ഉചിതം.

(2008)

•

അദ്ധ്യാപക സാന്നിദ്ധ്യം മലയാളകഥകളിൽ

ഒരു നൂറ്റാണ്ട് പിന്നിട്ട മലയാള കഥാസാഹിത്യം ചരിത്രത്തിന്റെ നോവുകളും നൊമ്പരങ്ങളും ഏറ്റുവാങ്ങുകയും മാറിവരുന്ന സാഹച ര്യങ്ങൾക്കും യാഥാർത്ഥ്യങ്ങൾക്കുമൊപ്പം മാനുഷിക ഭാവങ്ങളെ പ്രക ടിപ്പിക്കുകയും ചെയ്ത കലാസൃഷ്ടിയായി തലയുയർത്തി നിൽക്കുകയും ചെയ്യുന്നു.

കഥയുടെ കാലികമായ അവസ്ഥയെ പരാമർശിക്കുകയല്ല ഈ ലേഖന വിഷയം. കഥാ സാഹിത്യത്തിലൂടെയുള്ള അന്വേഷണയാത്ര യിൽ സമൂഹത്തിൽ വിജ്ഞാനത്തിന്റെ കൈത്തിരി കൊളുത്തിയ അദ്ധ്യാപകന്റെ സാന്നിധ്യം നിറഞ്ഞുനിൽക്കുന്ന ചില കഥകളിലേക്ക് എത്തിനോക്കുക മാത്രമാണ്.

1935 മുതൽ മലയാള സാഹിത്യത്തിൽ അറിയപ്പെടുന്ന എഴുത്തുകാ രനായ കാരൂർ "വാദ്ധ്യാർ കഥ"കളിലൂടെ അന്നത്തെ അദ്ധ്യാപകന്റെ ദൈന്യത നിറഞ്ഞ മുഖം വരച്ചു കാട്ടുകയുണ്ടായി. അദ്ധ്യാപകന്റെ വിഷാദത്തേയും ദൈന്യതയെയും പ്രതിഫലിപ്പിച്ച മികച്ച രചനകളായി അവ ഇന്നും നിലനിൽക്കുന്നു. ആധുനിക കാലഘട്ടത്തിലെ കഥാകൃ ത്തുകളുടെ അനുഭവങ്ങളിൽ സ്പർശിക്കപ്പെടാനിടയില്ലാത്ത സാന്ദ്രദുഃഖ ങ്ങളെ അനുഭവത്തിന്റെ ചെപ്പേടിൽനിന്ന് അടർത്തിയെടുത്താണ് കാരൂർ വാദ്ധ്യാർ കഥകളിൽ അവതരിപ്പിച്ചിട്ടുള്ളത്.

ഗൃഹഭൃത്യ വർഗ്ഗത്തേക്കാൾ ദുരിതമനുഭവിച്ച മിണ്ടാപ്രാണികളായി രുന്നു അന്നത്തെ അദ്ധ്യാപകർ എന്ന് കഥകളിലൂടെ പുതിയ തലമുറ മനസ്സിലാക്കുന്നു. വിജ്ഞാനദാഹികളുടെ കണ്ണിൽ ആദരവോടെയും കാണപ്പെട്ട ദൈവമായും നിലനിൽക്കേണ്ടുന്ന അദ്ധ്യാപകന്റെ സ്വകാര്യ ദുഃഖം കഥകളിലൂടെ അവതരിപ്പിച്ചുകൊണ്ട് ഗുരുനാഥന്മാരുടെ മാന്യത തകർത്തുകളഞ്ഞ കഥാകൃത്താണ് കാരൂർ എന്ന് അക്കാലത്ത് ചിലർ

ആക്ഷേപിച്ചിരുന്നു. ആക്ഷേപങ്ങൾക്കുപരി യഥാർത്ഥമായ ചരിത്ര സത്യത്തിലൂടെ മലയാളിയുടെ അനുഭവ മണ്ഢലത്തിൽ നേരിയ കൊള്ളിയാൻ മിന്നിക്കാൻ കാരൂറിന് തന്റെ വാദ്ധ്യാർ കഥകളിലൂടെ കഴിഞ്ഞു എന്നത് വിസ്മരിക്കാൻ കഴിയാത്ത സത്യമാണ്.

കാരൂറിന്റെ 'പൊതിച്ചോറ്' എന്ന കഥ നോക്കുക. രണ്ടാം ക്ലാസ്സിലെ ഒരു കുട്ടി തന്റെ പൊതിച്ചോറ് കാണുന്നില്ലെന്ന് ഹെഡ്മാസ്റ്ററോട് പരാതിപ്പെടുന്നു. ഹെഡ്മാസ്റ്റർ ഉച്ചയ്ക്കുശേഷം ഒരു വടിയുമായി ക്ലാസ്സുകളിൽ പോയി അന്വേഷിക്കുന്നു. ചോദ്യം ചെയ്യലും ദണ്ഢനവും കഴിഞ്ഞിട്ടും ഒരു തുമ്പും കിട്ടിയില്ല. അന്ന് രാത്രി ഹെഡ്മാസ്റ്ററിൽ നിന്ന് സ്കൂൾ മാനേജർക്ക് ഒരു കത്തുകിട്ടുന്നു. സംഭവം വിവരിച്ച ശേഷം കത്ത് ഇങ്ങനെ തുടരുന്നു. “നമ്മുടെ അദ്ധ്യാപകരിൽ ഉച്ചപ്പട്ടിണിക്കാരുണ്ട്. അവരിത് ചെയ്യുമെന്ന് എങ്ങനെ വിശ്വസിക്കും. കുട്ടികളുമല്ല, അദ്ധ്യാപകരുമല്ല, അന്യരാരും ഇവിടെ വരികയുമില്ല. പിന്നെ ആരാ? ഞാനോ? അതെ, ഞാൻ തന്നെ. ഹെഡ്മാസ്റ്ററാണ് ഒരു പട്ടിപോലും ചെയ്യാത്ത ഈ ഹീനകൃത്യം ചെയ്തത്. മുപ്പത് കൊല്ലമായി ജോലിനോക്കുന്ന ഹെഡ്മാസ്റ്ററുടെ ശമ്പളമായ 12 രൂപ എത്ര പേരുടെ നിത്യവൃത്തിക്ക് തികയും? തലേദിവസം കാലത്ത് കഞ്ഞികുടിച്ചതിൽപിന്നെ ഇരുപത്തേഴു മണിക്കൂറായി ഒന്നും കഴിക്കാത്ത ഹെഡ്മാസ്റ്റർ ഒരു കുട്ടിയുടെ - മൂന്നു മണിക്കൂറിനുമുമ്പ് എന്തെങ്കിലും കഴിച്ചിരിക്കാവുന്ന ഒരു കുട്ടിയുടെ - ചോറെടുത്തു കഴിച്ചതു തെറ്റാണോ? ഞാൻ പിന്നെ എന്തു ചെയ്യണമായിരുന്നു.” ഹെഡ്മാസ്റ്ററുടെ കത്ത് ഇങ്ങനെ അവസാനിക്കുന്നു.

ഒരു കുട്ടിയുടെ കീശയിൽ നിന്നും താഴെ വീണ ചക്രം വാങ്ങി കാരവും സോപ്പും വാങ്ങുവാൻ നിർദ്ദേശിച്ച് തന്റെ ഷർട്ടും മുണ്ടും അലക്കിക്കൊണ്ടുവരാൻ വെളുത്തേടക്കുട്ടിയായ വേലുവിനെ പറഞ്ഞയക്കുകയും അവനത് കൊണ്ടുവരാൻ വൈകവേ, യാദൃച്ഛികമായി സ്കൂൾ ഇൻസ്പെക്ടർ കയറി വരികയും ചെയ്യുന്നു. അടുത്ത എ ക്ലാസ്സിലെ ടീച്ചറുടെ രണ്ടാം മുണ്ട് വാങ്ങി ചുറ്റി കുട്ടികളിൽ ചിലരെ കാട്ടിലൊളിപ്പിച്ച്, അവരുടെ ഉടുതുണിക്കൊണ്ട് മേൽമുണ്ടുമണിഞ്ഞ് തൽക്കാലം രക്ഷപ്പെടുന്ന കഥയാണ്. 'സാർ, വന്ദനം'. അദ്ധ്യാപകന്റെ ദൈന്യതയും പട്ടിണിയും ഇല്ലായ്മയും സ്ക്കൂൾ മാനേജരുടെ ദയാദാക്ഷിണ്യത്തിന്റെ പേരിൽ ലഭിക്കുന്ന ചില്ലിക്കാശായ വേതനം കൊണ്ട് തികയാത്ത ജീവിത പ്രാരാബ്ധവും കാരൂറിന്റെ കഥകളിൽ നിറഞ്ഞുനിൽക്കുന്നു.

പ്രശസ്ത എഴുത്തുകാരനായ ചെറുകാട് 'ജീവിതപ്പാത'യിലും 'മുത്തശ്ശി' എന്ന നോവലിലും ഇ.പി.ഗോപാലന്റെ 'അഗ്നിപഥങ്ങളിലൂടെ'

എന്ന ജീവചരിത്രവും അധ്യാപകരുടെ ജീവിതപ്രയാസം വിശദീകരിക്കുന്നു.

ആധുനിക കഥാകൃത്തുക്കളിൽ ശ്രദ്ധേയനായ പ്രഭാകരൻ പഴശ്ശിയുടെ 'കുചേലന്റെ കുട്ടികൾ' എന്ന കഥയും ഈ ഗണത്തിൽ പെടുന്നതാണ്. കാരൂരിന്റെ കഥകളെപോലെ അദ്ധ്യാപകന്റെ ദീനമുഖം ഇവിടെയും അനാഛാദനം ചെയ്യപ്പെടുന്നു. അദ്ധ്യാപകനായ പിതാവിന്റെ സ്ക്കൂളിൽ മകൻ, "കുചേലന്റെ കുട്ടി" എന്ന പരിഹാസപ്പേരിലാണ് അറിയപ്പെടുന്നത്. അക്കൗണ്ട് കടയിൽ സാധനം വാങ്ങാൻ ചെന്നാൽ റൊക്കം പണം കൊടുത്തുവാങ്ങുന്നവരുടെ തിരക്കൊഴിയുന്നതുവരെ കാത്തിരിക്കേണ്ടി വരുന്ന അദ്ധ്യാപകന്റെ മകന്റെ ദുഃഖം ഇന്നത്തെയും ദുഃഖമാണെന്ന് നാം തിരിച്ചറിയുന്നു.

നിരവധി അദ്ധ്യാപക കഥകളിലൂടെ മലയാളസാഹിത്യത്തിൽ ആശയസംവേദനം സൃഷ്ടിച്ച പ്രശസ്ത കഥാകാരനാണ് അക്ബർ കക്കട്ടിൽ. നിശിതമായ ഹാസ്യ ഭാവവും അനുഭൂതിയുടെ ആർദ്രതയും കക്കട്ടിലിന്റെ കഥകളെ മികവുറ്റതാക്കുന്നു. ദൈനംദിന സ്ക്കൂൾ ജീവിതത്തിന്റെ പരിഛേദങ്ങളാണ് പല രചനകളും. ആക്ഷേപ ഹാസ്യവും കൗതുകവും നിറഞ്ഞുനിൽക്കുന്ന അക്ബർ കക്കട്ടിലിന്റെ കഥകൾ അദ്ധ്യാപക കഥകൾക്ക് ലഭിച്ച മികച്ച മുത്തുകളാണ്.

പുനത്തിൽ കുഞ്ഞബ്ദുള്ളയുടെ "മായൻകുട്ടി സീതി" അജ്ഞനായ അദ്ധ്യാപകനും പിശുക്കനായ ധനികനുമാണ്. വിജ്ഞാനം പകരേണ്ടുന്ന മനസ്സുകളിൽ അജ്ഞതയും കാപട്യവും മായൻകുട്ടി സീതി പകർന്നു നൽകുന്നത് വിസ്മയത്തോടെ നാം നോക്കിനിൽക്കുന്നു.

എൻ മോഹനന്റെ 'മറിയക്കുട്ടി എന്ന കഥ' വിഷാദത്തിന്റെ നീലവർണ്ണം അനുവാചകന്റെ മനസ്സുകളിൽ പടർത്തുകയാണ്. ജീവിച്ച വർഷങ്ങളേക്കാൾ പ്രായവും ഭാരവും അടിച്ചേൽപ്പിച്ചു കഴിയുന്ന മറിയക്കുട്ടി എന്ന കോളേജ് അദ്ധ്യാപിക വിസ്മരിക്കാൻ കഴിയാത്ത കഥാപത്രമായി നിലനിൽക്കുന്നു.

മലയാള നോവലുകളിലും അദ്ധ്യാപകസാന്നിദ്ധ്യം നിറഞ്ഞുനിൽക്കുന്ന നിരവധി കഥാപാത്രങ്ങളുണ്ട്. മലയാള സാഹിത്യത്തിലെ പ്രഖ്യാത നോവലായ 'ഖസാക്കിന്റെ ഇതിഹാസ'ത്തിൽ ഏകാദ്ധ്യാപക വിദ്യാലയത്തിലെ രവി എന്ന അദ്ധ്യാപകൻ തികച്ചും യാദൃച്ഛികമായാണ് ആ ജോലി ഏറ്റെടുക്കുന്നത്. ഒരു നിയോഗം പോലെ അദ്ധ്യാപക ജോലി ഏറ്റെടുക്കുകയും ദുരന്തങ്ങളിൽ നിന്ന് ദുരന്തങ്ങളിലേക്ക് വഴുതി വീഴുകയും ചെയ്യുന്നു.

ചെറുകാടിന്റെ 'മുത്തശ്ശി' എന്ന നോവലിൽ അദ്ധ്യാപകൻ അനുഭവിച്ച തീക്ഷ്ണമായ പ്രതികാരത്തിന്റെയും പ്രതിഷേധത്തിന്റെയും യഥാർത്ഥമായ ചിത്രം നമുക്ക് ലഭിക്കുന്നു.

ചരിത്രത്തിന്റെ പരിച്ഛേദം എന്ന് വിശേഷിപ്പിക്കാവുന്ന രചനകൾ ഏതു മാധ്യമത്തിലായാലും അപൂർവ്വമായേ ഉണ്ടാകാറുള്ളൂ. മലയാളകഥാസാഹിത്യം ആരോഗ്യകരവും മാനുഷികവുമായ തലങ്ങളെ പുണർന്നിട്ടുള്ള സൃഷ്ടികൾക്ക് രൂപം നൽകിയ രചനാ മാധ്യമമാണ്. അദ്ധ്യാപക സാന്നിദ്ധ്യം നിറഞ്ഞുനിൽക്കുന്ന ചിലകഥകളെ മാത്രമാണ് ഇവിടെ പരാമർശിച്ചത്. യാഥാർത്ഥ്യങ്ങളോട് സംവദിക്കാനും അവയെ ഒരു നിയോഗം പോലെ കഥാശിൽപ്പങ്ങളിൽ ഒതുക്കി വെക്കാനും മലയാളത്തിലെ സാഹിത്യകാരൻമാർക്ക് കഴിഞ്ഞിട്ടുണ്ട് എന്ന് നമുക്ക് അഭിമാനപൂർവം സ്മരിക്കാം.

(1996)

•

നാം ചങ്ങല പൊട്ടിച്ച കഥ
കാലത്തിന്റെ സാക്ഷി

അനാദിയായ ഭൂതകാലത്തെ വർത്തമാനകാലവുമായി ബന്ധപ്പെടുത്തുന്ന വിജ്ഞാനമാണ് ചരിത്രം. കഴിഞ്ഞുപോയ കാലത്തെ അലസമായി നോക്കിക്കാണുന്നവനല്ല ചരിത്രാന്വേഷകൻ. വരും ലോകത്തിന് ദിശാബോധം നൽകേണ്ടുന്ന ചരിത്ര സംഭവങ്ങൾ. അവ സൂക്ഷ്മമായി പരിശോധിച്ച് സംക്ഷിപ്തമായി രൂപപ്പെടുത്തി അനായാസമായി വായിച്ചു പോകാവുന്ന ശൈലിയിലൂടെ തയ്യാറാക്കിയ ഗ്രന്ഥമാണ് 'നാം ചങ്ങല പൊട്ടിച്ച കഥ'

ഇന്ത്യയുടെ ചരിത്രത്തിൽ പ്രധാനപ്പെട്ടത് ബ്രിട്ടീഷ് ആധിപത്യത്തിൽ നിന്ന് സ്വാതന്ത്ര്യം നേടിയെടുത്ത ദീർഘകാലത്തെ പോരാട്ടത്തിന്റെ കഥയാണ്. ഇരുന്നൂറുവർഷത്തോളം ഇടവേളയില്ലാതെ നടത്തിയ മോചന സമരം. സ്വാതന്ത്ര്യ സമരത്തിന്റെ ആവേശോജ്ജ്വലമായ കഥ വരും തലമുറക്ക് വായിച്ചു മനസ്സിലാക്കാൻ ചരിത്രത്തിലെ ഉദാത്തമായ പല മുഹൂർത്തങ്ങളെപറ്റിയും കുട്ടികളെ ബോധവാൻമാരാക്കാൻ മലയാളത്തിന്റെ പ്രശസ്തനായ ബാലസാഹിത്യകാരൻ കെ.തായാട്ടിന്റെ തൂലികയിൽ നിന്നാണ് ഈ ഗ്രന്ഥം കൈരളിക്ക് ലഭിച്ചത്.

"ഒരു കഥ വായിച്ച് പോകുന്ന രസത്തോടെ അനായാസമായി കുട്ടികൾക്ക് ഇത് വായിച്ചുപോകാം. വായിച്ചുകഴിയുമ്പോഴാകട്ടെ സ്വാതന്ത്ര്യത്തിന്റെ ബലി വേദിയിൽ ആത്മാർപ്പണം ചെയ്ത ആദർശ നിഷ്ഠരായ അനേകം ത്യാഗികളുടെ ചിത്രങ്ങൾ അവരുടെ ഓർമയിൽ ഊർജ്ജസ്വലതയോടെ ആലേഖനം ചെയ്യപ്പെട്ടിരിക്കുകയും ചെയ്യും" അവതാരികയിൽ എൻ.വി.കൃഷ്ണവാരിയർ എഴുതി.

"അല്ല ഇതൊരു സാധാരണ കഥയല്ല. രാജകുമാരന്റേയോ രാജകുമാരിയുടേയോ കഥപോലെ ഒറ്റയിരുപ്പിന് പറഞ്ഞുതീർക്കാവുന്ന ലളിതമായ കഥയുമല്ല. ഒരു വലിയ കഥ. മഹാഭാരതത്തെപറ്റി പറയാറില്ലേ? അത്പോലെ, അതുമല്ലെങ്കിൽ രാമായണ കഥ പോലെ. അതുമല്ലെങ്കിൽ ഇന്നോളം നിങ്ങൾ കേൾക്കാനിടയുള്ള ഏത് വലിയ കഥയേക്കാൾ വലിയ

കഥ" എന്ന് പറഞ്ഞുകൊണ്ടാണ് തായാട്ട് തന്റെ രചന ആരംഭിക്കുന്നത്. ചരിത്രത്തിൽ വായിച്ച് പോയ സംഭവങ്ങൾ നാടകീയമായി അവതരിപ്പിച്ച് അന്വേഷണത്തിലൂടെ കണ്ടെത്തിയ പുതിയ അറിവുകൾ സമന്വയിപ്പിച്ച് സമരഭൂമിയിലെ കഥകളിലൂടെ കടന്നു പോവുമ്പോൾ ഏതൊരു ഭാരതീയനും ആവേശഭരിതനാകും.

രത്നം വിളയുന്ന ഖനിയായാണ് ഇന്ത്യ എന്നാണ് പുറം നാടുകളിൽ അറിയപ്പെട്ടിരുന്നത്. ആ സമ്പന്നതയിലേക്കാണ് വ്യാപാരക്കണ്ണുകളുമായി ബ്രിട്ടീഷുകാരും പോർച്ചുഗീസുകാരും ഡച്ചുകാരും എത്തിച്ചേർന്നത്. വ്യാപാര മേഖല കൊഴുത്തപ്പോൾ കച്ചവടത്തിൽ നിന്ന് ബ്രിട്ടീഷുകാരുടെ കണ്ണുകൾ അധികാരത്തിന്റെ സിംഹാസനത്തിലേക്കുള്ള കുറുക്കുവഴികൾ തേടി. അവർ നാട്ടുരാജ്യങ്ങൾ പിടിച്ചടക്കാനും അടക്കിവാഴാനും തുടങ്ങി.

"വരൂ..... വെളുത്ത പട്ടികളേ........! ചുണയുണ്ടെങ്കിൽ വരൂ......." എന്നു പറഞ്ഞ് പട്ടാളബാരക്കിലെ സ്വന്തം മേധാവിയുടെ നെഞ്ചിലേക്ക് നിറതോക്കൊഴിച്ചത് മംഗൾപാണ്ഡെ എന്ന ധീരദേശാഭിമാനിയായിരുന്നു. ആയിരത്തി എണ്ണൂറ്റി അമ്പത്തിയേഴ് മാർച്ച് ഇരുപത്തി ഒന്നിന് നമ്മുടെ സ്വാതന്ത്ര്യ സമരചരിത്രത്തിലെ ഒന്നാമത്തെ വെടിയായിരുന്നു അത്.

മംഗൾ പാണ്ഡെയെ ബ്രിട്ടീഷ് അധികാരികൾ തൂക്കിക്കൊന്നു. നമ്മുടെ പവിത്രമായ സ്വാതന്ത്ര്യ സമരകഥയിലെ ആദ്യത്തെ രക്തസാക്ഷിക്ക് മൈതാനത്തിൽ കൊലമരം നാട്ടിയാണ് പരസ്യമായി അവർ വധശിക്ഷ നടപ്പാക്കിയത്. വീരമൃത്യു വരിച്ച മംഗൾപാണ്ഡെ നൽകിയ ആവേശം ഭാരതത്തിന്റെ യുവതലമുറയുടെ ഹൃദയങ്ങളിൽ ചെറുത്ത് നിൽപിന്റെ വീര്യമായി പുനർജനിച്ചു.

ഝാൻസിയിലെ റാണി ലക്ഷ്മീഭായ്, നാനാ സാഹിബ്, താന്ത്യാത്തോപെ തുടങ്ങിയ ധീരദേശാഭിമാനികളുടെ പോരാട്ടം ആവേശകരവും ജനമനസ്സുകളിൽ നിറഞ്ഞു നിൽക്കുന്നവയുമാണ്. ധീരരായ സമരദാഹികൾ പടുത്തുയർത്തിയ ചെറുത്ത് നിൽപ്പുകൾ യന്ത്രത്തോക്കുകൾക്കും ബ്രിട്ടീഷ് ആധിപത്യത്തിന്റെ ആസൂത്രിത അടിച്ചമർത്തലുകൾക്കും മുന്നിൽ തകർന്നു പോയിരുന്നു. എങ്കിലും അവ നെരിപ്പോടുകളായി അണയാത്ത കനലുകളായി പലരുടെയും മനസ്സിൽ അഗ്നി ചിതറി. ഓരോ സംഭവവും വായനക്കാർക്ക് ദൃശ്യാനുഭവം നൽകുന്ന രീതിയിലാണ് ഗ്രന്ഥകർത്താവ് ആഖ്യാനം ചെയ്തിരിക്കുന്നത്.

സ്വാതന്ത്ര്യസമരകഥയിലെ ധീരാത്മാക്കളായ ഭഗത്സിംഗ്, രാജ്ഗുരു, സുഖ്ദേവ് എന്നിവർ നടത്തിയ പോരാട്ടവും തുടർന്നുള്ള വധശി

ക്ഷയും നമ്മെ വികാര ഭരിതരാക്കും. "ഭഗത്സിംഗ് തന്റെ ജീവിതം കൊണ്ട് ദേശീയതക്ക് പരിവേഷമണിയിച്ചത് പോലെ ഇത്ര ധന്യമായ ഒരു ഭാവാത്മകത്വം ഞാൻ മറ്റൊരുവ്യക്തിയിലും ഇന്നേവരെ ദർശിച്ചിട്ടില്ല" എന്ന് മഹാത്മജി ഭഗത്സിംഗിന്റെ ജീവത്യാഗത്തെക്കുറിച്ച് പറയുകയുണ്ടായി.

നിരായുധരായ ജനത ആയുധപ്പുരകൾക്ക് നേരെ നടത്തുന്ന സമരങ്ങൾ പരാജയപ്പെടുമെന്ന് തിരിച്ചറിഞ്ഞ ദേശീയ നേതാക്കളുടെ ഇടയിൽ ഗാന്ധിജിയുടെ വരവ് പുതിയ സമരപന്ഥാവുകൾ തുറന്ന് വെച്ചു. അയിത്തോച്ചാടനം, മദ്യവർജ്ജനം, സ്വദേശിവ്രതം, ഹരിജനോദ്ധരാണം എന്നീ ഗാന്ധിയൻ പരിപാടികൾ സ്വാതന്ത്ര്യ സമരങ്ങളെ ജനകോടികളുടെ മനസ്സുമായി കൂടുതൽ അടുപ്പിച്ചു.

ഇരുപതാം നൂറ്റാണ്ടിലെ ഭാഗ്യതാരകമായി ഗാന്ധിജിയെ ലോകം വീക്ഷിച്ചതിന്റെ തെളിവുകൾ, സമരഭൂമികയിലെ അനന്യത പകർത്തിയ വിദേശീയ പത്രലേഖകരുടെ കുറിപ്പുകൾ എന്നിവ ഗ്രന്ഥവായനയിലൂടെ അനുവാചകർക്ക് ലഭിക്കുന്നു.

"വലം കൈയിൽ ഒരു പിടി ഉപ്പ്, ഇടം കൈയിൽ തന്നേക്കാൾ പൊക്കമുള്ള ഊന്നു വടി. സമുദ്രജലം നനഞ്ഞത് കാരണം മെലിഞ്ഞ തുടയിൽ ഒട്ടിപ്പിടിച്ച നിറം മങ്ങിയ ഖാദി വസ്ത്രം. മുന്നോട്ട് വളഞ്ഞുകൊണ്ടുള്ള നടത്തം... മണൽപ്പരപ്പിലൂടെ തിരക്കിട്ട് നടന്നുപോവുന്ന ആ കുറിയ മനുഷ്യന്റെ രൂപം കണ്ട് ഞാനപ്പോൾ നിരൂപിച്ചത് ഇങ്ങനെ... ഏതോ ദൃഢനിശ്ചയത്തോടെ ഇരുപതാം നൂറ്റാണ്ട് ഭൂമിയിലേക്ക് അയച്ചിരിക്കുകയാണ് ഈ ഹ്രസ്വകായനെ...." ഉപ്പ് സത്യാഗ്രഹവേദിയിൽ മഹാത്മജിയെ കണ്ട ഒരു വിദേശപത്രലേഖകൻ എഴുതിയ കുറിപ്പാണിത്.

ഒറ്റമുണ്ടുകാരനായ അർദ്ധനഗ്നനായ ഫക്കീർ പാരതന്ത്ര്യത്തിന്റെ ചങ്ങലക്കെട്ടുകളിൽ നിന്ന് ഭാരതത്തിന്റെ സ്വാതന്ത്ര്യത്തിനായി നടത്തിയ സമരസാരഥ്യം നാനൂറ്റിതൊണ്ണൂറ്റിയൊന്ന് പേജുകളുള്ള ഈ ഗ്രന്ഥത്തിൽ വിശദമായി പ്രതിപാദിച്ചിരിക്കുന്നു. ഇതൊരു ബാലസാഹിത്യ കൃതി മാത്രമല്ല. മുതിർന്നവരുടെ മനസ്സുകളിലും അർഹമായ സ്ഥാനം ഈ ഗ്രന്ഥം പിടിച്ചടക്കിയിട്ടുണ്ട് എന്ന് നിസ്സംശയം പറയാം.

"നാം ചങ്ങലപൊട്ടിച്ച കഥ" സ്വാതന്ത്ര്യ സമര ചരിത്രം അനാവരണം ചെയ്യുന്നതോടൊപ്പം പൗരാണിക സ്മൃതികളുടെ മണിച്ചെപ്പ് കൂടിയാണെന്ന് വായനക്കാർക്ക് ബോധ്യപ്പെടും.

○

www.ingramcontent.com/pod-product-compliance
Lightning Source LLC
LaVergne TN
LVHW040820051026
849519LV00007BA/2689
* 9 7 8 9 3 4 9 7 2 7 2 1 2 *